D1771071

ஆளுமைகள் தருணங்கள்

ஆளுமைகள் தருணங்கள்
ரவிசுப்பிரமணியன் (பி. 1963)

கும்பகோணத்தில் பிறந்தவர். எண்பதுகளின் தொடக்கத்தில் எழுதத் தொடங்கியவர். கவிதை, சிறுகதை, கட்டுரை எனத் தொடர்ந்து எழுதிவருபவர். முப்பது ஆண்டுகளுக்கும் மேலாக வானொலியில் நாடகக் கலைஞராகப் பங்காற்றி வருகிறார். தமிழக அரசு பரிசு (1993), திருப்பூர் தமிழ் சங்க விருது (1996), நியூ ஜெர்சி தமிழ்ச் சங்க விருது (2004), சிற்பி இலக்கிய விருது (2015), தி.க.சி. இயற்றமிழ் விருது (2017), மா. அரங்கநாதன் வாழ்நாள் சாதனை இலக்கிய விருது (2018), தஞ்சை ப்ரகாஷ் கவிதை விருது (2018), ஆனந்தாஸ் எம்.பி. ராதாகிருஷ்ணன் கலை இலக்கிய விருது (2019), தமிழ் இலக்கியப் பேராளுமை விருது (2020) போன்ற விருதுகளைப் பெற்றுள்ளார்.

இந்திரா பார்த்தசாரதி, மா. அரங்கநாதன், ஜெயகாந்தன், டி.என். ராமச்சந்திரன், திருலோக சீதாராம் போன்ற இலக்கிய ஆளுமைகளைப் பற்றிய ஆவணப் படங்களையும் இயக்கியுள்ளார்.

இதுவரை ஏழு கவிதைத் தொகுப்புகளும் ஒரு கட்டுரை நூலும் நான்கு தொகுப்பு நூல்களும் வெளிவந்துள்ளன.

கைபேசி   : 9940045557
மின்னஞ்சல் : ravisubramaniyan@gmail.com

ஆசிரியரின் பிற நூல்கள்

- ஒப்பனை முகங்கள் (கவிதைகள்) (1990)
- காத்திருப்பு (கவிதைகள்) (1995)
- வண்ணதாசன் கடிதங்கள் (தொகுப்பு நூல்) (1997)
- காலாதீத இடைவெளியில் (கவிதைகள்) (2000)
- சீம்பாலில் அருந்திய நஞ்சு (கவிதைகள்) (2006)
- விதானத்துச் சித்திரம் (கவிதைகள்) (2017)
- *That was a Different Season* (Translation Poems) (2018)
- எம்.வி. வெங்கட்ராம் சிறுகதைகள் (முழுத் தொகுப்பு) (இணைத் தொகுப்பாசிரியர்) (2021)

ரவிசுப்பிரமணியன்

ஆளுமைகள் தருணங்கள்

காலச்சுவடு பதிப்பகம்

● அன்பார்ந்த வாசகருக்கு,
வணக்கம்.

காலச்சுவடு நூலை வாங்கியமைக்கு நன்றி.

நூலின் உள்ளடக்கம், உருவாக்கம், அட்டைப்படம் இன்ன பிற அம்சங்கள் பற்றிய உங்கள் கருத்துகளையும் ஆலோசனைகளையும் காலச்சுவடு வரவேற்கிறது. தகவல், எழுத்து, வாக்கியப் பிழைகள் தென்பட்டால் கட்டாயம் தெரிவித்து உதவுங்கள். நூல் தயாரிப்பில் கடும் குறைபாடு இருப்பின் மாற்றுப் பிரதி உங்களுக்குக் கிடைக்கக் காலச்சுவடு ஏற்பாடு செய்யும்.

மின்னஞ்சல்: publisher@kalachuvadu.com

காலச்சுவடு நாகர்கோவில் தலைமையகத்துக்கும் கடிதம் அனுப்பலாம்.

தங்கள்
எஸ்.ஆர். சுந்தரம் (கண்ணன்)
பதிப்பாளர் — நிர்வாக இயக்குநர்

ஆளுமைகள் தருணங்கள் ♦ கட்டுரைகள் ♦ ஆசிரியர்: ரவிசுப்பிரமணியன் ♦ © ரவிசுப்பிரமணியன் ♦ முதல் பதிப்பு: டிசம்பர் 2014, மூன்றாம் (குறும்) பதிப்பு: அக்டோபர் 2022 ♦ வெளியீடு: காலச்சுவடு பப்ளிகேஷன்ஸ் (பி) லிட்., 669, கே.பி. சாலை, நாகர்கோவில் 629001

aaLumaikaL taruNanKaL ♦ Essays ♦ Author: Ravisubramaniyan ♦ © Ravisubramaniyan ♦ Language: Tamil ♦ First Edition: December 2014, Third (Short) Edition: October 2022 ♦ Size: Demy 1 x 8 ♦ Paper: 18.6 kg maplitho ♦ Pages: 112

Published by Kalachuvadu Publications Pvt.Ltd., 669, K.P.Road, Nagercoil 629001, India ♦ Phone: 91-4652-278525 ♦ e-mail: publications@kalachuvadu.com ♦ Printed at Adyar Students xerox Pvt. Ltd., No. 275 Habibullah Road, Triplicane high Road, Opp Triplicane Post Office, Triplicane, Chennai 600005

ISBN: 978-93-82033-61-5

10/2022/S.No. 595, kcp 3871, 18.6 (3) uss

ஓவியர் வி.என். பரதனுக்கும்
திருமதி மாலினி பரதனுக்கும்

பொருளடக்கம்

	ஆளுமைகளைத் தேடும் ஆளுமை	11
	ஒரு நிமிஷம்	17
1.	எம்.வி.வி.	19
2.	கரிச்சான் குஞ்சு	27
3.	கவிஞர் அபி	41
4.	மதுரை சோமு	49
5.	பி.பி. சீனுவாஸ்	56
6.	எஸ்.வி. சகஸ்ரநாமம்	63
7.	ஓவியர் மருது	76
8.	ஓவியர் ஜே.கே.	87
9.	பாலுமகேந்திரா	93
10.	தேனுகா	96
11.	ருத்ரய்யா	109

ஆளுமைகளைத் தேடும் ஆளுமை

எந்தவொரு கவன ஈர்ப்பையும் ஏற்படுத்தாத உருவமும் அசைவுகளும் ரவியுடையவை. கடந்து செல்லும் நூற்றுவரில் யாரோ ஒருவராய் கடந்து சென்றுவிடுகிற, அடங்கிய தன்மை அவருடையது. உற்றுஉற்றுப் பார்த்தாலும் மெல்லிய மலர்ச்சியின் ஊடே 'உங்களைச் சந்தித்தது மகிழ்ச்சி' என்று உறவைத் தொடங்கிவிடும் புன்னகை தவிரப் பிறிதொன்றைக் காட்டாத முகம். கூர்ந்து கேட்டாலொழிய மூன்றாவதாய் அமர்ந்திருப்பவருக்குக் கேட்காத மெல்லோசைச் சொற்கள். அலுப்பு என்பதை அறியாததாக்கி, கண்டு பிரியும் வேளையிலெல்லாம் மெல்லிய பிரிவுத் துயரை ஏற்படுத்தும் நேயம். ஒரு கவிதை, ஓர் ஓவியம், ஒரு திரைப்படம், ஒரு பாடல், ஓர் ஆளுமை – ஏதாவது ஒன்றைத் தராமல் என்றும் வெறுமையில் முடிந்ததில்லை சந்திப்பு. அறிவாகவும் அனுபவமாகவும் நின்று நினைவுகளில் அலையாகும் மேதமை.

ஒருமுறைகூட ஒரு பாடலில்லாமல் நிறைவடைந்த தில்லை அவரது தொலைபேசித் தொடர்பு. 'ஒரு பாடல், ரவி!' என்றதும் இராகத்தின் பெயர் சொல்லி மென்மையாய் வழியத் தொடங்கும் உணர்ச்சி. உணர்ச்சியின் சுழிப்புக்குள் பல முறை மூழ்கிப் போவன, இறுதியாகச் சொல்ல வேண்டிய நன்றி யும் வணக்கமும்! பயனற்றுப் போகச்செய்து, வாய்ச் சொற்களை உதிரச் செய்துவிடும் மனத்திற்குள் தொடர்ந்து முரலும் இசை.

ஒன்றினைக் கேட்டால் யாராலும் மறுத்துவிட முடியாத அந்தக் குரல், ஆடம்பரம் மறுத்த ஆழமும் உறுதியும் கொண்டது. தனக்காகவன்றிப் பிறர்க்காகவே வைக்கப்படும் வேண்டுகோள் மறுக்கப்பட்டால், அது நெடுநாள் குற்றஉணர்வின் கசப்பாய் மனதிற்குள் தேங்கிவிடுவதுதான் பிறர்க்கும் ரவிக்குமான வேறுபாடு. எல்லையின்மை கொண்ட அவர்தம் மௌனப் பெருவெளி ஞானத்தால் நிரம்புமோர் புத்த சாந்தம்! பெயருக்கேற்ப ரவியால் வெளிச்சப்பட்டவர்களுக்கும் ஒரு வரிசையுண்டு. "'நமக்கெல்லாம் யார் செய்வார்கள்' என்று ஆதங்கப்பட்டார் சார், அதனால்தான் எடுத்தேன்" – ஓர் ஆவணப்படம் எடுத்தது பற்றி ரவி கூறியது.

தான் சந்திக்கும் மனிதர்களின் தோற்றத்தை அங்குல அங்குலமாகப் பதிவு செய்துகொள்ளும் ஆற்றல் ரவியின் கண்களுக்குண்டு. அவர்கள்தம் ஒவ்வொரு அசைவுக்குமான பொருளை உணருமாற்றல் அவர் நெஞ்சுக்குண்டு. தமிழ் இலக்கிய வரலாற்றின் மீதான பரந்த பார்வையும், தன் சமகாலச் சமுதாயத்தின் செல்நெறிகள் மீதான கணிப்பும் விமர்சனமும் அவர் அறிவுக்குண்டு. அவற்றைத் தாம் அவர்தம் படைப்புகள் புலப்படுத்தி வியக்கச் செய்கின்றன. ஜெயகாந்தனாகட்டும் தி.ந. இராமச்சந்திரனாகட்டும் இந்திரா பார்த்தசாரதியாகட்டும் மா. அரங்கநாதனாகட்டும் எல்லாரின் எழுத்து வாசிப்புடன் அவர்கள்தம் சூழல்கள் குறித்த தெளிவுகளுடன் அவர்கள்தம் அகமனம் குறித்த புரிதல்களுடன் அணுகி, முகம் முதல் கைகால் விரல்கள்வரை அவர்கள் அசைவுகளோடு காட்சிப்படுத்தும் திறனே அவரது தனித்துவம். உள்ளார்ந்த ஈடுபாட்டால் உறக்கம் தொலைக்கும் உழைப்பே ரவி.

அவரின் ஒரு ரசிகனாய் வாசித்தாயிற்று முன்னமே. ஒரு முன்னுரை கேட்டு இத்தொகுப்பு கையளிக்கப்பட்டபோது இதற்குள் பயணப்பட்ட பாதங்களில் வினாக்கள் ஏறிக்கொண்டன நெருஞ்சிகளாய்!

தேடித்தேடி ஓடி உறவுகொண்டு, அவர்களோடு வாழ்ந்து அனுபவித்து, பாராட்டுகளுக்கு முறுவலித்து, துயரங்களுக்கு விழிநீர் சிந்தி, ரவிக்கு ஏன் இத்தனை அவஸ்தைகள்?

அவரது கவிதைத் தொகுப்பொன்றின் தலைப்பைப் படித்ததும் ஏற்பட்ட அதிர்வில் நெஞ்சம் மிரண்டுதான் போனது: 'சீம்பாலில் அருந்திய நஞ்சு.' உணர்வு குமிழியிடும் என் மரபு கட்டமைத்த 'தாய்' பிம்பத்தின்மீது இடியாய் இந்தத் தலைப்பு!

கொப்பூழ்கொடியுறவுகூட உயிர்க்கொல்லியாய் மாறுவதைச் சொல்லி வாழ்வின் சூதாட்டத்தில் அனைத்தையும் பிடுங்கிக்கொண்ட

மண்ணுக்குத் தான் அன்னியனானதையும் சொன்ன ரவி, ‘பறவைக ளற்று வாடும் மரம் போல் என் வீடு’ என்று தன் பாலை மனம் கொண்ட வெறுமையை எழுத்தில் வரைந்தார். ஏமப்புணையாய் இருந்திருக்க வேண்டிய சொந்தங்களின் சதியால் அன்பு தேடி அலைவதும், அதனைக் கண்ட இடத்தில் உயிரோடு ஒட்டிக் கொள்வதுமான தேடுதலே அவர் வாழ்வு! அதனால் இந்தப் புத்தகத்தின் அத்தனை பக்கங்களின் அடிநாதமும் அவரது ஒரு கவிதையில் இருப்பதாகவே தோன்றுகிறது.

. . . . . .
எடுத்து முகம் மூடி அழுதபோது
விறைத்துப் போய்
சில்லெனக் குளிர்ந்து பேசியது
கடைசியாய்
அப்பாவின் விரல்கள்
தாடையில் தொட்டுப் பேசும்
அண்ணன் விமலானந்தம் விரல்கள்
தலைமுடியைக் கோதிப் பேசும்
கரிச்சான் குஞ்சுவின் விரல்கள்
இலக்கியத்தால் வாழ்க்கையில தோத்துடாத
பயம் அதிரப் பேசும் எம்.வி.வியின் விரல்கள்
ஆறுதலாய் இறுக்கிக்கொள்ளும்
கலாப்ரியாவின் விரல்கள்
எப்படி இருக்கிறீங்க
தேடி ஸ்பரிசிக்கும் கைகளில் கண்கொண்ட
ஞானியின் விரல்கள்
தேனுகா – செல்வசேகரன்
வாழ்க்கை முழுசும்
நேசம் சொல்ல எத்தனை விரல்கள்
தாயின் விரல்கள் மட்டும் தவிர்த்து.

(‘காலாதீத இடைவெளியில்’ – ப.97)

பள்ளம் தோண்டிப் பறித்துவரும் மண்ணை எங்காவது ஒரு பக்கம் குவித்துவிட்டுத்தான் செல்கிறது வெள்ளம்! துயர ரணங்களை ஆறுதலாய் வருடும் விரல்களைக் கண்டு உருகி அர்ப்பணமாகத்தான் செய்கிறது ஆன்மா!

கவிஞர் அபி குறித்தும் எஸ்.வி. சகஸ்ரநாமம் குறித்தும் எழுதப்பட்ட இரு கட்டுரைகளும் நெறிமுறைகள் சார்ந்த ஆய்வுக் கட்டுரைகளென்றே கூறவேண்டும். ஏனையவை பெரிதும் உறவு தந்த அனுபவங்கள் சார்ந்தும் அவர்தம் படைப்புகள் சார்ந்தும் எழுதப்பெற்றவை.

வாழும் காலத்தில் அங்கீகரிக்கப்படாமல், தங்கள் வாழ்க்கையைக் கலையுடனான சூதாட்டத்தில் பணயம் வைத்தாடிய எம்.வி.வி.யும் கரிச்சான் குஞ்சும் நெஞ்சு நெகிழப் பதிக்கப் பெற்றுள்ளனர்.

எம்.வி.வி.யின் வணிகம், இலக்கியப் பித்தால் சரிந்துபோனதை, அமானுஷ்ய குரல்கள் கேட்கும் விசித்திர உளநோய்க்குள் அவர் உழன்று கிடந்ததை, எழுதிக்குவித்த அவர்தம் விரல்கள் கடைசிப் பத்தாண்டுகள் கையெழுத்துப் போடக்கூட இயலாதிருந்ததை, 'எல்லாக் கஷ்டங்களையும் மீறி, கைம்மாறு கருதாமல் அவர் சதா நமக்காக ஏதோ நெய்துகொண்டே இருந்தார், தன் நடுங்கும் விரல்களால்' என்று துயர இசையாகவே பாடிக்காட்டி உள்ளார் ரவி.

ஞானப் பனுவல்களில் ஆழ்ந்த ஈடுபாடு கொண்ட அகப்பார்வையும், மார்க்சியக் கண்கொண்டு சமூக வரலாற்றையும் சிக்கல்களையும் காணும் புறநோக்கும் கொண்டிருந்த கரிச்சான் குஞ்சுவின் புனைவுலகம் குறித்த ஆழமான சித்தரிப்பையும், அவர் தன்னை 'ஆன்மா' என்று உணர்ந்திருந்த ஞானத்தெளிவையும் நிகழ்வுகளின் வாயிலாக எடுத்துக்காட்டுகிறார் ரவி. சரியான வாய்ப்புகள் மட்டும் கிட்டியிருந்தால் இந்தியக் கலையழகியல் குறித்து எத்தகைய ஆழமான விரிவான பார்வையைத் தமிழர்களுக்கு அவர் வழங்கியிருப்பார் என்றெண்ணும்போது ஏக்கம் நெஞ்சில் எரியிடுகிறது.

'என்னைவிட என் எழுத்துக்களை ஆழமாக உணர்ந்தவர்' என்று லா.ச.ரா.வால் சுட்டிக்காட்டிப் பாராட்டப்பெற்றவர் அபி. இதயத் தந்தியின் சிறு அதிர்வானாலும் வாழ்வின்மீது இடியாய் இறங்கும் சாபத்தின் வெடியானாலும் அவற்றைத் தன் வார்த்தைகளுக்குள் கொணரும் லா.ச.ரா.வை உணர்ந்து கவிதையில் அதே உச்சங்களைத் தொட்டவர் அபி. ஒரு சூஃபிக்குள்ள ஞான விழியோடு பிரபஞ்சத் தரிசனம் பெற்ற அபியின் கவிதைகள் குறித்து வாசகர்களுக்கு மட்டுமல்ல எழுதுகின்றவர்களில்கூட எத்தனைப் பேருக்குத் தெரியும்? மொழிக்குள் மொழியை உருவாக்கும் ரசவாதியென்று ரவி அவரை மதிப்பீடு செய்திருப்பதுதான் எவ்வளவு நுட்பமான புரிதல்.

இசைக்கடலாகத் திகழ்ந்தும் குழந்தைமை கொஞ்சிய நெஞ்சம் கொண்ட மதுரை சோமு குறித்த கட்டுரையும், மென்மையே வலிமையாய் வாய்க்கப்பெற்ற பி.பி. சீனுவாஸ் 'அப்ராணியாய்' வாழ்ந்து முடித்த வரலாறு சொல்லும் கட்டுரையும் நடைச்சித்திரங்கள்.

அந்தக் கோடுகள் அவரது ஆடையணியும் முறையாக, ஓயாமல் துள்ளலுடன் நிகழும் உடலசைவாக, ஆழ்ந்து கருத்துகளைச் சுமந்துவரும் சொற்களாக இருக்கின்றன. உலகளாவிய கலைஞானப்

பார்வையுடன் தன் மதுரை மண்ணை நோக்கும் வாஞ்சையின் விளைவே உருவங்களின் வெளிப்பாடாக இருக்கும். ஊடகங்கள் அனைத்தின் வாயிலாகவும் ஓயாத உறவுகொண்டு மரபின் இறுக்கமும் நிகழ்ந்த தேக்கமும் கொண்டிருந்த தமிழ் மனத்துள் 'தன் கோடுகள் வழியாகவே அதிகபட்சமான தமிழர்களைச் சென்றடைந்த நவீன ஓவியக் கலைஞன் அவர்தான்' என்று மருதுவை ரவி மதிப்பிடுவதுதான் எவ்வளவு உண்மையாக இருக்கிறது. அதே போல் எழுத்து வெளியில் அதிகம் பேசப்படாத ஓவியர் ஜே.கே. குறித்து ஆழமாக அறிமுகம் செய்கிறது ஒரு கட்டுரை.

ரவிக்கு ஒரு பிரச்சனை! அவருக்கு இசை தெரியும்; கவிதை தெரியும்; கவிதைக்கும் இசைக்குமான உறவு தெரியும்; தமிழ் மரபில் இணைந்த இவற்றின் சாதனைகள் தெரியும்; கவிதையின் ஆழ் உணர்விற்கும் இராகங்களுக்குமான இயைபு தெரியும்; பண் சுமந்த பாடல்கள் எப்படி உயிரோடு ஒன்றுகின்றன என்பது தெரியும்; அவரால் அந்தக் கலை அனுபவத்தை, இன்பத்தை இழக்க முடிய வில்லை; அதுதான் பிரச்சனை! இசைமயமான சொற்கோப்பு கொண்ட புதுக்கவிதைகளையும் அவர் அழகுறப் பாடுகிறார். புதுக்கவிதை இசை தவிர்த்தது என்னும் குறைப் புரிதலுக்கும் அவருக்குமான முரண்பாட்டில், தன்னிலை விளக்கம் போல ஒலிக்கின்ற அவரது கவிதை மெட்டுக்கள் இன்றைய நவீன கவிதை வெளியில் தனித்துவ கானமாய் கேட்கிறது.

'கலைக்கு ஆசிரியர்கள் கிடையாது; மாணவர்கள் மட்டுமே உண்டு' என்று குறிப்பிட்ட காக்கஜோ ஒக்ககூராவின் கருத்தினைத் தனக்கும் தன் கலைக்குமான உறவாகப் பேணிய பாலுமகேந்திரா வின் மறைவுத்துயர் ததும்பும் கட்டுரை, அவர் தாங்கிய துன்பங்களை, சக கலைஞர்களை நேசித்த முறைகளை, பாராட்டிப் பாராட்டிப் பிறரை உருவாக்கிய பண்புகளை அனுபவப் பதிவாக, அழுத்தமாக அமைகிறது.

பொய்மை சூழுகின்ற உலகில் நம் சமகாலக் கலைஞர்களைக் குறித்துக்கூட உண்மையான பதிவுகளற்றுப்போகும் நாட்களில் வெளிவரும் ரவியின் கட்டுரைகள், படைப்பிலக்கியதிற்குரிய அத்தனை இயல்புகளையும் கொண்ட வரலாற்று ஆவணங்களாகின்றன.

செம்பாக்கம்
சென்னை *73*
10.09.2014

பாரதிபுத்திரன்

ஒரு நிமிஷம்

1990இல் மலேஷியாவில் நடந்த உலகத் தமிழர் மாநாட்டின் கருத்தரங்கில் வாசிப்பதற்காக, 'பழந்தமிழர் வாழ்வில் அறிவியல் கருத்துநிலைகளும் பதிப்பு முயற்சிகளும்' என்ற தலைப்பில் எனது தமிழ்ப் பேராசிரியர் முனைவர் கு.வெ. பாலசுப்பிரமணியன் அவர்கள் வழிகாட்டுதலோடு எழுதியதுதான், நான் எழுதிய முதல் கட்டுரை. அதன் பின் பல கட்டுரைகள், புத்தக மதிப்புரைகள், சில முன்னுரைகள்... எதையும் நான் சரிவரப் பாதுகாத்து வைத்துக்கொள்ளவில்லை.

இந்தத் தொகுப்பில் உள்ள எல்லாக் கட்டுரைகளும் 2011 முதல் 2014வரையிலான காலகட்டத்தில் எழுதப்பட்டவை. இந்தக் காலகட்டத்தில் நான் எழுதிய கட்டுரைகளை ஒழுங்காகச் சேமிக்க முதல் காரணம், அவற்றை மேடையில் வாசிக்கக் கேட்டவர்கள் அல்லது எழுத்தில் வாசித்தவர்கள் தந்த அபரிமிதமான உற்சாகம். நான் எழுத்துலக முன்னோடிகளாகக் கருதும் சில ஆளுமைகள் என்னிடம் இவை குறித்துச் சிலாகித்தது, அதற்கு முன் நான் அறியாதது. இத்தனைக்கும் இவை எண்ணிக்கையில் குறைவான கட்டுரைகளே.

இந்தக் கட்டுரைகளில் இடம்பெறும் ஆளுமை களோடு எனக்கிருந்த உணர்வுபூர்வமான ஒட்டுதலே இவற்றின் பின்னுள்ள பலம். எல்லாரும் என்னில் மூத்தவர்கள். ஆனாலும் பழக்கத்தில் (சகஸ்ரநாமத் தைத் தவிர) அதை உணரச்செய்தவர்கள் யாரும் இல்லை. கலைஞர்கள் பற்றிய விவரணையாக இவற்றைச் சுருக்காமல் அவர்களது கலை ஆளுமையின் ஒரு தோற்றத்தைச் சித்தரிக்கவே முயன்றிருக்கிறேன்.

நண்பர்களின் தொடர்ச்சியான தூண்டுதல், எழுதச் சொல்லிப் பல காலமாய் நினைவில் நிழலாடும் சம்பவங்கள், கருத்தரங்கத்துக்காக, கூட்டத்துக்காக என ஏதோ ஒரு நிர்ப்பந்தத் தில் எழுதியவையே இக்கட்டுரைகள். இன்னும் எழுத வேண்டிய பல கட்டுரைகளுக்கு வற்றாத உற்சாகத்தைத் தரும் இக்கட்டுரைகள் புத்தகமாக வெளிவருவது ஒரு மகிழ்ச்சியான விஷயம். 2004இல் அமரர் ஆதிமூலம் அவர்கள் வரைந்து தந்த என் உருவச் சித்திரம் இத்தொகுப்பின் பின்னட்டையில் இடம்பெறுகிறது. அன்பில் நெகிழ்ந்து முன்னுரை தந்த முனைவர் சா. பாலுசாமி என்கிற பாரதிபுத்திரன் அவர்களையும், நூலை வெளியிடும் *காலச்சுவடு* கண்ணனையும், கட்டுரைகளைப் படித்துப்பார்த்து அபிப்ராயங்களைப் பகிர்ந்துகொண்ட அரவிந்தன், பழ. அதியமான், ஆர். ராஜகோபாலன், எஸ். சண்முகம் ஆகியோரையும் மெய்ப்புப் பார்த்ததோடு சில கருத்து மயக்கங்களைக் களைய உதவிய தம்பி ப. சரவணனையும் அரும்பு சுப்பிரமணியத்தையும், முன்னட்டைப்பட ஓவியத்தை வரைந்துதந்த மருதுவையும், சிறு முணுமுணுப்புமின்றிச் சளைக்காமல் திருத்தங்களைச் செய்துதந்த காலச்சுவடு சுபாவையும் இந்தத் தருணத்தில் நன்றியோடு நினைத்துக்கொள்கிறேன்.

சென்னை 14   **ரவிசுப்பிரமணியன்**
22.12.2014

கலக்கத்திலும் கனிவைக் கைமாற்றிவிட்டுப்போன கலைஞன்

வாழும் காலத்தில் அங்கீகரிக்கப்படாததினால் ஏற்படும் சோகம் போல வேறு எதுவும் இருக்க முடியாது, நல்ல கலைஞர்களுக்கு. கலைக்காகவும் சமூகத்திற்காகவும் தன் வாழ்வின் பெரும்பகுதியைக் கரைத்துக்கொள்கிற தேர்ந்த படைப்பாளிகளை உரிய காலத்தில் கௌரவிக்காது மௌனம் காத்து இறும்பூதெய்தும் பெருமை கொண்டது நம் செம்மொழிச் சமூகம். ஆனால், அந்தப் படைப்பாளி பதிலுக்கு மௌனம் காப்பதில்லை. "கஞ்சி குடிப்பதற்கிலார் அதன் காரணங்கள் இவை என்னும் அறிவுமிலார்..." என்பதை உணர்ந்தவனாதலால், படைப்பாளி எவ்வித எதிர்பார்ப்புகளுமின்றிச் சதா இழைஇழையாய்த் தன் படைப்பின் நெசவைத் தொடர்ந்தபடி இருக்கிறான். ஆடைகளைப் பயன்படுத்தும் நாம், நெய்தவனைப் பற்றி யோசிப்பதில்லை. ஆனாலும் மிகச் சிலரின் காதுகளுக்கு மட்டும் தறியின் இடதும் வலதுமாய் ஊடுபாவி ஓடிஓடி நூல் இழைக்கும் நெளியின் ஒலி கேட்கிறது. அப்படித்தான் எனக்கும் தேனுகாவுக்கும் அது கேட்டது. அந்தச் சப்தம் தந்த உறுத்தலால்தான் கரிச்சான் குஞ்சு, எம்.வி.வி. ஆகியோரது புத்தகங்கள் இப்போது அச்சில் இல்லை என்ற உண்மையே எங்களுக்கு உறைத்தது. அவற்றை நாம் கொண்டுவர ஏற்பாடு செய்ய வேண்டுமென்றும், அவர்களுக்காகக் கருத்தரங்குகள் நடத்த வேண்டுமென்றும்

தோன்றியது. இவை எல்லாம், தொண்ணூற்றி ஓராம் ஆண்டின் இறுதியில் நடந்தன. தேனுகாவும் நானும் சந்திக்கும்போதெல்லாம் இதுபற்றிப் பேசிப் பேசித் திட்டமிட்டுக்கொண்டே இருந்தோம்.

தொண்ணூற்றி இரண்டில் கரிச்சான் குஞ்சு திடீரென இறந்துவிட்டார். மிகவும் பதற்றமாக இருந்தது. ஏதோ செய்யத் தவறிவிட்டோம் என்பது போன்ற ஒரு மனச்சங்கடம். நல்லவேளை யாக அந்தச் சங்கடம் எங்களைச் செயல் முடக்கத்தில் தள்ளாமல், விரைவாகச் செயல்பட உந்தித் தள்ளியது. கரிச்சான் குஞ்சுவின் வெளிவராத 'காலத்தின் குரல்' என்ற புத்தகத்தை உடனடியாக வெளிக்கொண்டுவரும் காரியத்தில் முனைந்தோம். நண்பர் *புதிய நம்பிக்கை* பொன் விஜயன் கைகொடுத்தார். நூலை அவர் வெளியிட்டார். பொதியவெற்பனும் இந்த முயற்சியில் கடைசியில் எங்களோடு சேர்ந்துகொண்டார். கரிச்சான் குஞ்சு உயிரோடு இருக்கும்போது அவரது எழுத்துகள் பற்றிய கருத்தரங்கம் நடத்தும் கனவை நனவாக்க முடியாத நாங்கள், அவருக்கான இரங்கல் கூட்டத்தை நடத்தினோம். அவர் படத்தைத் திறந்து வைத்து அப்புத்தகத்தையும் வெளியிட்டார் எம்.வி.வி. கும்பகோணம் காந்திபூங்கா எதிரில் உள்ள ஜனரஞ்சனி ஹாலின் கீழ்த்தள சிறு அரங்கில் அந்தக் கூட்டம் நடைபெற்றது. அதே நாளின் மதியத்தில்தான், மைசூர் வெங்கடாசலபதி வெங்கட்ராம் என்கிற 'எம்.வி.வியின் படைப்புலகம்' பற்றிய கருத்தரங்கையும் நடத்தினோம். அசோகமித்திரன், கோவை ஞானி, கோமல் சாமிநாதன், ம. ராஜேந்திரன், மாலன், தஞ்சை ப்ரகாஷ், அ. மார்க்ஸ் போன்ற எழுத்தாளர்கள் அதில் கலந்துகொண்டு சிறப்பித்தனர்.

எம்.வி.வி. அந்தக் கூட்டத்தில் பேசிய இறுதி உரையின் கடைசி வரிகள் மிகவும் நெகிழ்வானவை. "நான் கல்லாப் பெட்டியை மூடிவிட்டேன். விளக்கையும் அணைத்தாயிற்று. என் கடையைக் கட்டிப் பூட்டிவிட்டேன். சூடமும் கொளுத்தியாகிவிட்டது. அதுவும் கொஞ்ச நேரத்தில் அணையும். இப்போது நான் என் குருநாதனின் (முருகனின்) சொல்லுக்குக் காத்திருக்கிறேன்."

இரண்டாயிரமாம் ஆண்டில் நிகழவிருந்த தன் மரணத்திற்குத் தயாரான ஒரு மனநிலையில், தொண்ணூற்றி இரண்டிலேயே அவர் இருந்தார். அவரது இந்த வார்த்தைகள் இவரது புத்தகங்களையும் தாமதமில்லாது உடனே கொண்டு வந்துவிட வேண்டுமென எங்களைத் தூண்டியது. படைப்பாளியை வாழும்போதே கௌரவிக்காமல், செத்த பிறகு இரங்கல் கூட்டம் நடத்திப் புலம்பும் வழக்கத்திற்கு முற்றுப்புள்ளி வைப்பதற்கான சிறு தொடக்கம், எங்கள் அளவில் அன்று நிகழ்ந்தது என்றுதான்

சொல்ல வேண்டும். பொதியவெற்பனிடம் அப்போது அது பற்றி நாங்கள் பேசினோம். அவர் எம்.வி.வி.யின் தேர்ந்தெடுத்த சிறுகதைகளை 'இனி புதிதாய்' என்ற தலைப்பில் ஒரு புத்தகமாகக் கொண்டுவந்தார். வெளியிடப்படாத அவரின் 'காதுகள்' நாவலின் கையெழுத்துப் பிரதி, சிதம்பரம் மணிவாசகர் பதிப்பகத்தில், ஏழாண்டுகள் தூங்கிக் கிடந்தது. கடைசியில் அது காணாமலேயே போய்விட்டது. எங்களுக்கும் எம்.வி.வி.க்கும் மிகச் சிறந்த நண்பராக இருந்த, ஆசிரியர் கலியமூர்த்தியின் சலியாத தேடுதலால், அது மறுபடி கைக்குக் கிடைத்தது. அதை நான் அன்னம் பதிப்பகம் மீராவிடம் கொண்டுபோய்ச் சேர்த்தேன். அவரும் ஆறு மாத காலம் எடுத்துக்கொண்டார். அதைப் படித்துப் பார்த்து, அதன் தரமும் மேன்மையும் உணர்ந்து பின் அதனை வெளியிட்டார். அந்நாவலுக்கான பொருத்தமான ஜாக்ஸன் போலக்கின் ஓவியத்தை அட்டைப்படமாக வடிவமைத்துத் தந்தார் தேனுகா. எங்களுக்கு இதம் தந்த நாட்கள் அவை.

அதோடு நிற்கவில்லை. சவுத் ஏஷியன் பதிப்பகம் வழியாக 'என் இலக்கிய நண்பர்கள்' என்ற எம்.வி.வி.யின் கட்டுரைத் தொகுதியைக் கொண்டுவந்தோம். அதன் முன்னுரையில் எங்களைப் பற்றிக் குறிப்பிட்டிருந்தார் எம்.வி.வி. இன்றும் *காலச்சுவடு* வழியாகக் கரிச்சான் குஞ்சு, எம்.வி.வி. புத்தகங்களைக் கொண்டுவர, நானும் தேனுகாவும் முன் முயற்சி எடுத்து ஒவ்வொன்றாகக் கொண்டுவந்துகொண்டிருக்கிறோம்.

இருபதாம் நூற்றாண்டின் இணையற்ற எழுத்தாளர்களில் ஒருவர் எம்.வி.வி. என்பதற்கு அவரது 'பைத்தியக்காரப் பிள்ளை'யே சான்று என்று அசோகமித்திரனால் குறிப்பிடப்பட்ட எம்.வி.வி., வெளியில் வர இயலாது வீட்டிலேயே முடங்கியிருந்த அவரது இறுதிக் காலங்களில், எழுத்தாளர்களையும் கலைஞர்களையும் சந்திக்க ஏங்கியவாறே இருந்தார். அதை உணர்ந்த நாங்கள், எந்த எழுத்தாளர் கும்பகோணத்துக்கு வந்தாலும் அவர்களை அவர் வீட்டுக்கு அழைத்துச் செல்வதை வழக்கமாய்க் கொண்டிருந்தோம். அப்படித்தான் ஞானக்கூத்தன், எஸ்.வைதீஸ்வரன், நீல. பத்ம நாபன், பிரபஞ்சன், அசோகமித்திரன், இந்திரா பார்த்தசாரதி, கோபிகிருஷ்ணன், வண்ணநிலவன், மீரா, திலகவதி, கோமல் சாமிநாதன் போன்ற பலரையும் நான் அவருடைய வீட்டுக்கு அழைத்துச் சென்றவாறு இருந்தேன். நானும் தேனுகாவும் வாரம் ஒரு முறை அவரைப் பார்த்துவிடுவோம். அவரோடு பயணம் செய்யும் வாய்ப்புகளும் எங்களுக்கு அமைந்தன.

அவர் சைக்கிளில் சுற்றித் திரிந்த காலம் ஒன்று இருந்தது. அதற்குப் பின், எண்பதுகளின் துவக்கத்தில் கும்பகோணம்

ஆளுமைகள் தருணங்கள்

காந்தி பார்க்கின் திறந்த வெளியிலும் ஜனரஞ்சனி ஹாலின் சாதுஷேஷய்யா நூலகத்திலும் நாங்கள் சிறுசிறு கூட்டங்களை நடத்தி, அதில் எம்.வி.வி.யையும் கரிச்சான் குஞ்சுவையும் பேச வைப்போம். தங்கள் எழுத்துலக அனுபவங்களை அவர்கள் எங்களுக்குக் கதை கதையாகச் சொல்வார்கள். இருவருமே வயசு வித்தியாசமின்றி எல்லோரிடமும் இணக்கமாகப் பழகக் கூடியவர்கள். சில சமயம் அசட்டுத்தனமாக நண்பர்கள் கேட்கும் கேள்விகளுக்கும் நிதானமாகப் பதில் சொல்வார்கள். சமயத்தில் "த்தாயோளி, வக்காள ஓழிகளா..." போன்ற வார்த்தைகள் கரிச்சான் குஞ்சு வாயிலிருந்து சகஜமாக வரும். எம்.வி.வி.யிடமிருந்து அப்படி எதையும் கேட்க முடியாது. கரிச்சான் குஞ்சுவிடமிருந்த பரவசமும் குழந்தைத்தனமும், குதூகலமும், சிரிப்பும் உடன் இருப்பவர்களை உடனே தொற்றிக்கொள்ளும். எம்.வி.வி. எப்போதும் நிதானமாக இருப்பார். எல்லாவற்றையும் கடந்த ஒரு ஞானியின் புன்னகையோடு சலனமின்றி இருப்பார் பல சமயம். கரிச்சான் குஞ்சு வாய்விட்டுச் சிரிப்பார். எதிரில் நிற்பவரின் மேல் கையால் தட்டிச் சிரித்துத் தன் மகிழ்ச்சியைக் கொண்டாடுவார். எம்.வி.வி.யின் சிரிப்பு எப்போதும் அளந்துவைத்தது போல சிக்கனமாய் இருக்கும்.

வறுமையும் லௌகீக சிரமங்களும் மனஅழுத்தமும் இருக்கும் போதும்கூட, எம்.வி.வி. ஒரு மெல்லிய புன்னகையோடே இருந்திருக்கிறார். எந்தக் கஷ்டத்திலும் நண்பர்களிடம் அவர் கடன் வாங்கியதில்லை. "நம் கஷ்டங்களுக்கு நாமே பொறுப்பு. அத வெளில சொல்லவும் கூடாது. அதுக்கு இன்னொருத்தரைக் குற்றவாளி ஆக்கவும் கூடாது. நாமதான் தாங்கணும், பல்லைக் கடிச்சுக்கிட்டு தாங்கணும்" என்பார். அவரது இந்த வார்த்தை களுக்குத் தக்கவே அவர் வாழ்ந்தார்.

வீட்டிலிருந்தபடியே தினமும் கொஞ்சம் கைகால் நீட்டி உடற்பயிற்சி, மூச்சுப் பயிற்சி, தியானம் செய்வதை வழக்கமாகக் கொண்டிருந்தார். பூஜை அறையில் தினமும் சாமி கும்பிடும் வழக்கமும் இருந்தது. அதுபோலவே தினமும் முகச்சவரம் செய்து கொள்வதில் கவனமாக இருப்பார். புதிய புதிய சட்டைகளை அணிந்துகொள்வார். பவுடர் பூசிக்கொள்வார். முகம் எப்போதும் தேஜஸ்ஸாக இருக்கும். கணக்காக வாரிய தலை முடி. திருநீறும் குங்குமமும் துலங்கும் நெற்றி. வெற்றிலைக் காவி ஏறிய பற்கள். பன்னீர் புகையிலை வாசம். தாம்பூலம் தளும்பும் இதழ்களின் கனிந்த சிரிப்பு. பார்த்தவுடன் ஒரு மரியாதை தோன்றும் விதமாகவே அவர் எப்போதும் இருப்பார். பனியனோடு வீட்டில் அமர்ந்து இருக்கும்போதுகூட, ஒரு தத்துவ ஞானியின் பிரசன்னம்போல இருக்கும் அவரது இருப்பு.

திருக்கண்டேன் பொன்மேனி கண்டேன், திகழும்
அருக்கன் அணி நிறமும் கண்டேன் – செருக்கிளரும்
பொன்னாழி கண்டேன் புரிசங்கம் கைக்கண்டேன்,
என்னாழி வண்ணன்பால் இன்று...

அவர் தோற்றம் சில சமயம் பேயாழ்வாரின் இந்தப் பாசுரத்தை எனக்கு நினைவூட்டும். அதீத வறுமையிலும் செம்மாந்து புன்னகைத்த எம்.வி.வி., எழுத்தின் மூலமே அதை அடைந்தார் என்பதுதான் துயரம்.

பெரும் பட்டு ஜரிகை வியாபாரியான அவர், வியாபாரத்தை மறந்து எழுதத் துவங்குகிறார். தேனீ என்ற இலக்கியப் பத்திரிகையைத் தொடங்கி முதலீடு போட்டு, தானே ஆசிரியராக இருந்து நடத்துகிறார். உதவி ஆசிரியர் அவரது அத்யந்த நண்பனான கரிச்சான் குஞ்சு.

பேப்பர்காரனுக்கு, பிரஸ்காரனுக்கு பைண்டிங் பண்றவனுக்கு நாம் கடன் சொல்ல முடியுமா? பணம் இல்லன்னு சொல்ல முடியுமா? எழுத்தாளன் மட்டுமென்ன விதிவிலக்கு என்று, தேனீ இதழில் எழுதியவர்களுக்கு இருநூறு ரூபாய் சன்மானம் தந்துள்ளார். அதுவும் நாற்பதுகளில். இவ்வளவு பணம் வருகிறதே என்று இரண்டு பெயரில் அதில் எழுதிய எழுத்தாளர்களும் உண்டு என்பதுதான் சுவாரஸ்யம். இந்தப் பத்திரிகையால் அந்தக் காலத்தில் ஒரு வருஷத்தில் கிட்டத்தட்ட முப்பதாயிரம் ரூபாய் நஷ்டம் அடைந்துள்ளார் எம்.வி.வி. இந்தக் கால மதிப்பில் அது எத்தனை லட்சம் எனக் கணக்கிட்டுக்கொள்ளுங்கள்.

ந. பிச்சமூர்த்தி, கொத்தமங்கலம் சுப்பு, லா.ச.ரா., க.நா.சு., சாலிவாகனன், தி. ஜானகிராமன், கரிச்சான் குஞ்சு, வல்லிக் கண்ணன், பெ.கோ. சுந்தர்ராஜன், சது.சு. யோகியார், ஸ்வாமிநாத ஆத்ரேயன், பராங்குசம் போன்ற பல புகழ்பெற்ற எழுத்தாளர்களும் தேனீயில் எழுதியுள்ளனர். சர்வதாரி வருஷம் (1949ஆம் ஆண்டு) தை மாதம் 15ஆம் தேதி இதழில் '4 வார்த்தை' என்ற தலைப்பில் ஆசிரியராக அவர் எழுதியதன் ஒரு பகுதி இது:

இந்த இதழுடன் தேனீ ஓராண்டு வளர்ச்சி பெறுகிறது. இந்த ஓராண்டில் நாம் செய்ததைக் கணக்கு எடுத்துப் பார்க்க வேண்டியது நம் பொறுப்பு; செய்ததை அறிந்து, செய்ய வேண்டியதை அளவிட வேண்டியது நம் கடமை. செய்ததைவிட, செய்ய நினைத்ததைவிட, நாம் செய்தது மிகவும் அற்பம் என்பதை நாம் நன்றாக உணர்கிறோம். நம் லக்ஷியத்துக்கும் அந்த லக்ஷியத்தின் தூய்மைக்கும் சற்றே பங்கம் வரும்படியான சில தவறுகளை நாம் செய்து விட்டோம் – பரபரப்பின் காரணமாக – என்பதையும் நாம்

ஒப்புக்கொள்ளுகிறோம். அடுத்த ஆண்டில் இத்தவறுகள் மீண்டும் நேராதிருக்க நாம் முயலுவோம். தவறுகள் தாமாக நேர்ந்துவிடுவதில்லை. நாம்தான் செய்கிறோம். நாம் என்று குறிப்பிடும்போது தேனீ நிர்வாகஸ்தர்கள் என்றே பொருள். ஆனால், இந்த நாம் எல்லோரும் பத்திரிகை தொழிலுக்கே புதியவர்கள். பத்திரிகை என்றால், எவ்வளவு மகத்தான பொறுப்பு என்பதையே அறியாதவர்கள். நம்முடைய வேறுபல அலுவல்களின் இடையில் பத்திரிகையைக் கவனிக்கும்போது, அலுப்பினாலும் அயர்வினாலும் அறிந்தும் அறியாமலும் பல தவறுகள் செய்துவிட்டோம். நம் வாசகர்கள் தாராள மனம் உடையவர்கள்; நம்பால் மிகுந்த அன்புடையவர்கள்; அவர்களிடம் நாம் மன்னிப்பு கோருவதுடன், மீண்டும் தவறுகள் செய்யாதிருக்க முயலுவதாய் உறுதியும் அளிக்கிறோம்.

சிறுகதை, நாடகம், கவிதை, கட்டுரைகள், என இலக்கியத்தின் சில வடிவங்களைத் தாங்கிவந்த தேனீ தனிப்பிரதி எட்டு அணா விலைக்கு விற்கப்பட்டது. அந்தப் பத்திரிகை நடத்தியதன் மூலம் அவர் பெற்ற அனுபவங்கள், ஒரு தனி நாவலுக்குரியது என்று ஒருமுறை சொல்லியிருக்கிறார். மௌனியின் கதை ஒருமுறை பிரசுரத்திற்கு வந்ததாகவும் அதில் "ஏகப்பட்ட கிராமர் மிஸ்டேக். கமா, புல்ஸ்டாப் ஏதுமில்லை. கிளாரிட்டி இல்லை. ஆனால், எல்லாவற்றையும் மீறி நெளிநெளிகோடுகளால் ஆன, நுட்பமான வேலைப்பாடு கொண்ட அற்புதமான மனச்சித்திரங்கள் அவை" என்று சிலாகித்துச் சொல்வார். அந்தத் தேனீ பத்திரிகைக்காக பேப்பர்கூட வாங்கத்தெரியாமல், பேல் கணக்கில் ஆர்டர் கொடுக்க அது வீட்டில் வந்து இறங்கியுள்ளது. ஒருநாள் அந்தப் பத்திரிகைக்காக பேப்பர் நறுக்க பேலை உருட்ட, அது வாசல்வரை ஓடி பரந்து விரிந்து கிடந்திருக்கிறது. அந்த நேரத்தில் இவரிடம் ஜரிகை வாங்க வந்த குஜராத் சேட், அந்த பேப்பரின் மேல் நடந்து வந்து இவரை அடைகிறார். "இந்தப் பித்து உள்ள உன்னால் இனி வியாபாரம் சரியாகச் செய்ய முடியாது" என்று, அன்றே அவருடனான எல்லா வியாபார உறவுகளையும் முறித்துக்கொள்கிறார். பின், மெல்ல ஷீணமடைந்து முடிவுக்கு வருகிறது அவரது வியாபாரம். அதன் பின்னான வறுமையும் மன அவசங்களும் அவரை வாழ்நாள் முழுக்கத் தொடர்ந்து வந்திருக்கிறது. இருபத்தி ஏழு வருஷங்கள் அவரது காதுகளில் நாரசமான விநோதமான ஒலிகள் கேட்டுக்கொண்டே இருந்திருக்கின்றன. அதனோடுதான் நான் வாழ்ந்தேன், கடைசியில் என் குருநாதன் முருகன் திருவருளால்தான் அந்தத் துயரங்களிலிருந்து மீண்டேன் என்று சொன்னார். காதுக்குள் யாரோ

அமர்ந்திருப்பது போலவும் திட்டுவது போலவும் சிரிப்பது போலவும் அழைப்பது போலவுமான அமானுஷ்ய குரல்கள் அவரை ஆட்டிப்படைத்திருக்கின்றன. அந்த அனுபவத்தின் வழியே அவர் கண்டடைந்த நாவல்தான் சாகித்திய அகாதெமி விருது பெற்ற ‘காதுகள்’ நாவல்.

அந்த நாவலைப் பல எழுத்தாளர்களால்கூட, சரியாகப் புரிந்துகொள்ள இயலவில்லை. மனநல மருத்துவர்கள் இது ஒரு ஆடிட்ரி ஹாலுயூசினேஷன் சார்ந்த நாவல் என்று வகைப்படுத்தி, அதுபற்றிய விஷயங்களைச் சொன்ன பிறகே அந்த நாவல் குறித்துப் பலருக்கும் புரியவந்தது.

சிறுகதை, நாவல், குறுநாவல், கட்டுரை, மொழிபெயர்ப்பு, குழந்தை இலக்கியம், நாடகம் என, இருநூறுக்கும் மேற்பட்ட நூல்களை எழுதிக் குவித்த எம்.வி.வி., தனது வாழ்நாளில் சராசரியாக அவரே சொன்னபடி, ஒரு நாளைக்கு முப்பது பக்கங்கள் எழுதியுள்ளார். இவ்வளவு எழுதிய எம்.வி.வி.க்கு, அவரது கடைசி பத்து ஆண்டுகளில் ரைட்டர்ஸ்கிராம்ப் வந்து, கையெழுத்துகூடப் போட இயலாமல் ஆனது.

என்ன ரவி, எம்.வி.வி. கையெழுத்து இப்படி இருக்கு என்று கேட்ட மீராவுக்கு நான் எழுதிய பதில் கடிதத்தில் இப்படி எழுதியிருந்தேன்.

எழுதி எழுதிச் சோர்ந்த விரல்கள்
இப்போது கையெழுத்திடவும் நடுங்குகின்றன
இ.சி.ஜி. கிராப் போல

பட்டாடை நெய்யும் சௌராஷ்ட்டிரர்கள் சமூகத்தில் பிறந்த அவரது வாழ்வில், பட்டின் மினுமினுப்பு ஒருபோதும் இருந்ததில்லை, அவரது பால்ய காலத்தின் சில வருஷங்களைத் தவிர. அந்த பால்ய காலத்திலும் அவருக்கு இன்னொரு அவஸ்தை நிகழ்ந்தது. ரெங்கியா வீரய்யருக்கும், சீதையம்மாளுக்கும், பிறந்த எம்.வி.வி, அவரது தாய்மாமன் தம்பதியரான மைசூர் வெங்கடாசலபதி, சரஸ்வதி ஆகியோருக்கு மிகச் சிறு வயதிலேயே தத்து கொடுக்கப்பட்டவர். அந்த வயதிலேயே அவர் மாமாவை அப்பா என்றும் அத்தையை அம்மா என்றும் அழைக்க நிர்ப்பந்திக்கப்படுகிறார். அவரது அத்தை, இவ்வளவு செலவு பண்ணி உன்னைத் தத்து எடுத்தேனே, அம்மா என்று கூப்பிட மாட்டேன் என்கிறாயே, அம்மா என்று கூப்பிடு என்று சொல்லித் தண்டிக்கிறார். வாய் அம்மா என்றாலும் மனம் ஒட்டாமல் தத்தளிக்கிறார் வெங்கட்ராம். அவரது மன அழுத்தத்தின் துவக்கப்புள்ளி இது என்று சொல்லலாம்.

இவ்வளவுக்கு மத்தியில், சுவாரஸ்யமான பல அடுக்குகளைக் கொண்டன அவரது வாழ்க்கை. அப்பா அம்மா வீட்டில் வறுமை. தத்துப்போன வீட்டில் கோடிஸ்வர வாழ்க்கை. பதிமூன்று வயதில் எழுதத் துவங்கியது. பதினாறு வயதில், *மணிக்கொடியில்* 'சிட்டுக்குருவி' என்ற கதை பிரசுரம். பி.ஏ. பொருளாதாரம் படிக்கும்போதே தி. ஜானகிராமன் இவரை, குருபோல வியந்து பார்த்து நட்பாக்கிக்கொள்வது. இந்தி விஷாரத் படிப்பில் தேர்ச்சி. ஆங்கில இலக்கியப் புலமை. இளம் வயதில் திருமணம். பட்டு ஜவுளி ஜரிகை வியாபாரம். நாற்பத்தெட்டில் *தேனீ* பத்திரிகை துவங்கியது. பத்திரிகையில் நஷ்டம், அதனால் வியாபாரத்தில் நஷ்டம். அடியாட்களை வைத்துக்கொண்டு ரவுடியாகச் சில காலம். காங்கிரஸ் கட்சியில் சேர்ந்து கவுன்சிலர் பதவிக்கு நின்று தோற்றது ஒரு நேரம். பல பெண்களாலும் காதலிக்கப்பட்ட வசீகரனாக இருந்தது ஒரு கட்டம். இந்த அனுபவங்களும்கூட இல்லாவிட்டால், எழுத்தைத் தவிர என்னதான் மிஞ்சியிருக்கும் என் வாழ்வில் என்பார் எம்.வி.வி.

கரிச்சான் குஞ்சு வாழும் காலத்தில் உரிய அளவில் கவனிக்கப் படாமல் போன விபத்து எம்.வி.வி.க்கு நேர்ந்துவிடவில்லை. "என்னய்யா இந்த ஊரே இப்படிக் கொண்டாடுதேய்யா அவரை" என்று லா.ச.ரா. குறிப்பிடும்படி ஆனது அந்திமக் காலங்களில் அவர் மீது குவிந்த கவனம்.

அவர் சௌராஷ்ட்டிர மொழியில் எழுதி இன்னும் வெளி வராத புத்தகம் 'மீ காய் கரு'. தமிழில் அதன் அர்த்தம் 'நான் என்ன செய்யட்டும்'. கடைசியாக வந்த அவரது புத்தகம் எம்.வி.வி.யின் கணிசமான கதைகள் அடங்கிய சிறுகதைத் தொகுப்பு. அதை மிகுந்த பிரியத்தோடும் பொருளாதார சிரமத்தோடும் பாவைசந்திரன் வெளியிட்டார். அதில் பிழைகள் திருத்தும்வரை பார்வை சரியாக இருந்தது எம்.வி.வி.க்கு. அந்தப் புத்தகம் முழுமை பெற்றுவரும்போது, அதைப்பற்றி அவரது காதில் சத்தமாகக் கத்திச் சொல்ல வேண்டியிருந்தது. அட்டைப்படத்தில் சிரித்தபடி இருக்கும் அவரது புகைப்படத்தைக் கைகளால் மட்டுமே தடவிப் பார்த்துக்கொள்ள முடிந்தது அவரால்.

கேட்காத காதுகளோடும் பார்க்க முடியாத குளுக்கோமா விழிகளோடும் பிறழ்வான மனக்கொதிப்பில் மேலெழும்பும் குமிழிகளோடும் அவஸ்தை மிகுந்ததாக இருந்தது அவரது கடைசி வருட வாழ்க்கை. இயன்ற வரையில், நினைவு தப்பாமல் இருந்த வரையில், எல்லாக் கஷ்டங்களையும் மீறி, கைம்மாறு கருதாமல், அவர் சதா நமக்காக ஏதோ நெய்துகொண்டே இருந்தார், தன் நடுங்கும் விரல்களால்.

***காலச்சுவடு*, மே 2011**

வறுமையைப் பரிகசித்த வாழ்வின் கொண்டாட்டம்

தன் படைப்புகளை முன்னிறுத்தாது, தன்னை முன்னிறுத்தும் போக்குகள் மலிந்த தமிழ்ச் சூழலில், தனது படைப்புகளின் மேன்மை வழியே, தன்னை அறிந்துகொள்ள வைத்தவர் கரிச்சான் குஞ்சு. நம் காலத்திலேயே அவர் வாழ்ந்து மறைந்திருந்தாலும், கீழான வகைதொகைகளில் அவர் சிக்கிவிடவில்லை. கலைக்குள் இயங்குவதை ஒரு நோன்பென நோற்று, ஆழமான அமைதியோடு, படைப்புக்கு உண்மையாய் இருந்து, அதற்குச் செழுமை சேர்த்தவர். அவரது படைப்புகளை, தேடுபவர்களே கண்டடைய முடியும். அதனால்தான், அவர் போன்ற கலைஞர்களை, அவர்கள் வாழ்ந்த காலங்கடந்தே, நாம் முழுமையாகக் கண்டுணரும்படி நேர்ந்துவிடுகிறது.

சிறுகதைகள், குறுநாவல்கள் மற்றும் நாவலில் எந்த ஒரு கருத்துக்காகவும் கொள்கைக்காகவும் தனிப்பட்ட குரலில் அவர் மாய்ந்து உருகுவதையோ அல்லது எதிர்ப்புக் குரல் எழுப்புவதையோ நாம் காண முடியாது. தான் கண்ட, கேட்ட, அனுபவித்த, உணர்ந்த, கற்பனை செய்த விஷயங்களை அலட்டலில்லாமல் தன் படைப்புகளின் வழியே முன்வைப்பவர் கரிச்சான் குஞ்சு. அது சம நிலை கூடிய ஒரு இருப்பு. அந்த நிலை எல்லோருக்கும் வாய்ப்பதில்லை. வேதாந்திகளுக்குச் சித்திக்கும் ஒருவித நிலை. வாழ்வில் தன்னைச் சுற்றி நடப்பவற்றையும் தனக்கே நேர்பவற்றையும், ஒரு பார்வையாளனாகக் கூர்ந்து கவனித்த அவர்,

அதிலிருந்து ஒரு சம்பவம், அவமானம், துயரம், சந்தோஷம், பகடி இப்படி ஏதோ ஒன்றை, அவர் தன் படைப்பின் வழியே நம் பார்வைக்குக் கொண்டுவருகிறார்.

முன்னனுமானம், மனச்சாய்வு, தீர்மானங்கள், அபிப்ராயங்கள் போன்றவை இல்லாமல், தன்னிலை என்ற ஒன்றும் இல்லாமல், ஒரு விஷயத்தைப் படைப்பாக்கி நம் பார்வைக்கு வைப்பது போலத்தான் நமக்கது தோன்றும். ஆனால், இங்குதான் கரிச்சான் குஞ்சு நுட்பமான உலகில் பிரவேசிக்கிறார். அவர் கண்டுணர்ந்த, அனுபவித்த, ஆயிரம் விஷயங்களில் அவர் நமக்கு எதைச் சொல்லவந்தார் என்ற இடத்திலிருந்து ஆரம்பிக்கிறது விஷயம். விமர்சனமோ, புகாரோ, இன்ன பிறவோ ஏதுமின்றி, ஒன்று எப்படி நடந்ததோ, அப்படியே அதைச் சொல்கிறேன் என்கிற பாவத்தைக் காட்டி, அதில் ஏதோவொன்றை நாம் உணரும்படி வைப்பார். ஆனால் அவர் பாத்திரங்கள் எழுப்புகிற தர்க்கங்கள், படைப்பினை நகர்த்திச் செல்லுகிற பாதை, உள்ளடக்கமாகக் குங்குமப் பூ ரேகையாய் ஓடும் தத்துவார்த்த இழை, இவைகள் மூலம் அவர் எழுப்புகிற த்வனி ஆகிய இந்த இடங்களில்தான் கண்ணுக்குத் தெரியாத கவிதை உணர்வாய், விண்டு சொல்ல முடியாத அனுபூதியாய், கரிச்சான் குஞ்சுவின் ஆளுமை விரவிக் கிடக்கிறது. ஒரு வகையில், இவைதான் அவர் எழுப்ப விரும்பும் குரலின் தடங்கள். இவற்றின் வழியாகத்தான் அவர் சொல்ல விரும்பும் எல்லாவற்றையும் நமக்குள் லாவகமாகக் கடத்துகிறார். சொல்லியும் சொல்லாமல் சொல்லும் இந்த விட்டேற்றியான போக்கை, அவர் கதையைக் கட்டமைத்த விதத்தின் வழியேகூட, அதை நாம் உணர முடியும். அதீத கவனத்துடன் இழுத்துக் கட்டப்பட்டு கிண் என்று நாதம் எழுப்புபவை அல்ல அவரது கதைகள். தளர்வான கதைகள். சில சமயம் சளசளப்பும் தொய்வுமாய்த் தோற்றம் கொள்ளும் கதைகள், வழக்கமான கதை சொல்லும் பாணியிலிருந்து சற்று விலகிச் செல்லும் கதைகள். எல்லோரையும் சட்டென ஈர்க்கும் யத்தனத்தையோ, செதுக்கி எடுத்து மினுமினுப்பாய்த் துலக்கி, பார்வைக்கு வைக்கும் முனைப்பையோ, பிரகடனங்களையோ அவர் படைப்புகளில் நாம் காண முடியாது. செறிவான கட்டமைப்புடன் அமைந்த சில படைப்புகளும் அதற்கான யத்தனமின்றி அவற்றின் இயல்பில் பிறந்தவையே.

ஒரு பரதேசி ஒப்பனைகள் ஏதுமின்றி, இடுப்பை மறைக்க மட்டும் உடுத்தியபடி தன் போக்கில் காலாற நடந்து பயணம் செய்யும் ஒருவித மனோநிலையில் எழுதப்பட்டவை போலத்தான் இந்தக் கதைகள் தோன்றுகின்றன. இதை அவர் அறிந்தோ அல்லது அறியாமலோ செய்திருக்கக் கூடும்.

இளமையில் வறுமை, பால்யகால உறவுகளின் அனுசரணை யற்ற தன்மை, அனாதை போலப் பாடசாலைகளில் கழிந்த பால்யம், அவர் படித்த வேதாந்த தத்துவங்கள், எல்லாமுமாகச் சேர்ந்து லௌகீக வாழ்விலும் அவரை அவை ஒட்டவிடாமலேயேதான் வைத்திருந்தன. அவர் வீட்டுக்குள்தான் வாழ்ந்தார். ஓட்டுக்குள் பழுத்துருளும் விளாம்பழம் போல் ஓட்டுக்குள்ளிருந்தும் ஒட்டியும் ஒட்டாமல், விட்டு விடுதலையான வாழ்வைத்தான் வாழ்ந்தபடி இருந்தார்.

பொதுவாக அவருக்குக் குடும்பப் பொறுப்பு இருக்கவில்லை தான். ஆனால் அதே சமயம் உறவுகளை முற்றாக அறுத்துக் கொண்டார் என்றும் சொல்லிவிட முடியாது. அவரது மகள்களை அவர் பெயர் சொல்லிக்கூட அழைக்க மாட்டார். 'குழந்தே', 'குழந்தே' – என்றுதான் கூப்பிடுவார். அவர்களைப் படிக்க வைக்க அவர் பட்டபாட்டையும் திருமணம் செய்து வைக்க அவர் பட்ட அல்லாட்டத்தின் ஒரு பகுதியையும் நான் நேரில் பார்த்திருக்கிறேன்.

அவர் தனது நண்பர் ல.கி. ராமானுஜத்துக்கு மன்னார்குடி 36, கீழ நாலாந் தெருவிலிருந்து 09.08.77 அன்று எழுதிய கடிதத்தில் இப்படி எழுதுகிறார்:

> மூத்தவளுக்கு மணம் முடித்தே ஆக வேண்டும். வயது இருபத்தி ஒன்பது முடிந்துவிட்டது. அவமான உணர்ச்சியுடன்தான் நடமாடிக்கொண்டிருக்கிறேன். நிச்சயம் விரைவில் ஆக வேண்டும். இறையருள் எப்படியோ. மனசை இம்சிக்கும் தீய கனவுகளை நான் பெரிதுபடுத்திக்கொண்டால், கொஞ்சமாய் மிஞ்சி மங்கிக் கிடக்கும் ஆத்ம விலாசமும் மாய்ந்தே போய்விடும். ஆனால், அப்படித்தான் மனம் குழம்பிச் செத்த நிலை. மனம் மாய்ந்துதான் போய்க்கொண்டிருக்கிறது. உண்மையில் மனம் மாய்ந்துவிட்டால் நான் ஒரு பரமஹம்சன். அமுதத் தாரையைக் குடித்துக்கொண்டு ஆனந்த சாகரத்தில் திளைப்பேன். அந்த மஹா பாக்கியமெல்லாம் இந்த பாவிக்கேது?

பல சிரமங்களுக்குப் பின், அந்தக் கல்யாணத்தை 21.04.78 அன்று இனிது நடத்தி வைத்திருக்கிறார்.

அவர் அம்மாவோடு அவருக்கு வந்த பெரும் கருத்து வேறுபாடே, அவரது மகள்களைப் படிக்க வைப்பதில்தான் துவங்கியது. "என்னத்துக்குடா பொண் குழந்தைகளைப் படிக்க வைச்சுண்டுருக்க? நான் சொல்றேன் கேளு. வேண்டாம். இவாள்ளாம் படிச்சுட்டு இப்ப என்ன பண்ணப் போறா?

அவள்களுக்குக் கல்யாணத்த பண்ணி வைச்சிப்டு” என்று அவர்கள் சொல்ல, “எப்பாடு பட்டாவது நான் அவாளைப் படிக்க வச்சுடுவேன்” என்று இவர் பிடிவாதமாய் சொல்ல, “அப்படின்னா, நீ என் முஞ்சிலயே முழிக்காத. நான் செத்துட்டா, தலைகாணிக்கு அடில பணம் வைச்சிருக்கேண்டா. அத எடுத்து நீ எனக்குக் காரியம் பண்ணிடு” என்று சொல்லிவிட்டார். அந்தப் பாட்டியோடு பேத்திகள் சீராடிக்கொண்டிருந்தாலும் கரிச்சான் குஞ்சுக்கு இந்தச் சண்டையால் அவர் அம்மாவை அவரது கடைசி காலம்வரை போய்ப் பார்க்க முடியவில்லை.

இன்னொரு பக்கம் அவர் சீட்டாடினார். ரேசுக்குப் போனார். எது பற்றியும் கவலை கொள்ளாமல் இருந்தார். வேலை பார்த்த சில இடங்களில் தவறு நடக்கையில் சகித்துக்கொண்டிராமல் சமரசம் கொள்ளாமல் சண்டைபோட்டு விலகிவந்தார். கோபக் காரர். சாப்பாட்டுப் பிரியர். தாம்பூலக் காதலன். கிடைத்த பணத்தை உடனே செலவிட்டுவிடுபவர். அறச்சினம் கொண்டவர். துன்பங்களை அலட்சியப்படுத்தியவர். கோபத்தில் கெட்ட வார்த்தை பேசுபவர். வேதம் படித்தவர். கம்யூனிசத்தில் சற்று மோகம். இசை ரசிகர். விச்ராந்தி மனோநிலையில் இருப்பவர். இப்படிக் கரிச்சான் குஞ்சுவின் விசித்ர குணாம்சங்களை அடுக்கிக் கொண்டே போகலாம். கொஞ்சம் கொஞ்சம் பிடிமானம் இருந்தாலும் சராசரி வாழ்வில் ஒட்டாத மேலும் கீழுமான இந்த ஏற்ற இறக்கமான நிலைதானே ஒரு அசல் கலைஞனின் சாமுத்ரிகா லட்சணம். அவன் மனநிலையில் அவன் அப்படித்தானே வாழ முடியும்.

ஆனால் இதுபோன்ற விசித்திரப் பிறவியை வீடு சகித்துக் கொள்ளுமா? அது வரவு செலவு கணக்குகளால் ஆனது. அதைப் புரிந்து சகித்துக்கொள்ள வேறொரு மனம் தேவைப்படுகிறது. திருமதி கரிச்சான் குஞ்சுவான சாரதா அம்மாளும் அவரது மகள்களும் பல சமயம் அவரைக் கடிந்துகொண்டதை, அவரோடு சண்டையிடுவதை நான் நேரில் கண்டதுண்டு. அது அவர்கள் தவறு என்று சொல்ல முடியாது. அவர்களின் வாழ்வனுபங்களின் வழியே, அவர்களின் புரிதல்கள் வழியே, அவர்களின் அன்றாடச் சிரமங்கள் வழியே, அவரைப் பார்த்த பார்வை அது. இது கரிச்சான் குஞ்சுக்கு மட்டுமல்ல, பொதுவாகக் கலைஞர்களெல்லாம் எதிர்கொள்கிற லௌகீகச் சிக்கல்தான். சம்பாத்தியமில்லாத, செல்வாக்கில்லாத புருஷனை வீடு சகித்துக்கொள்ளாது. சகித்துக்கொள்ள முடியாதுதான். இப்படி ஆதார இருப்பிடத்திலிருந்து வீசி எறிந்து கலங்கடிக்கும் காற்றுக்கு மத்தியில்தான், ஒரு கலைஞன் தன் படைப்பின் சுடரை அணையாமல் காத்துக்கொள்ள வேண்டியிருக்கிறது.

ஆனால், காலம் கடந்தேனும் கரிச்சான் குஞ்சுவின் மகள்கள் அவரைக் கொண்டாடத்தான் செய்தார்கள். வாடகை வீடுகளில் அவர் குடியிருந்த காலங்களில், வீட்டுக்காரன் ஒருவன் "வாடகை குடுக்க வக்கில்ல. உனக்கு ஹிண்டு பேப்பர் ஒரு கேடா" என ஒருமுறை கேட்டிருக்கிறான். அதனால், விஜயா அவருக்காவே சொந்த வீடு கட்டும் முயற்சி எடுத்துப் பெரும் சிரமத்திற்கிடையில் அதைக் கட்டி முடித்தது. பிரபாவின் பிரியங்கள் சொல்லில் அடங்காதவை. கரிச்சான் குஞ்சு ஈஸி சேரில் அமர்ந்து கொண்டு, விஸ்தாரமாக பாவ அபிநயங்களோடு எங்களைப் போன்ற நண்பர்களோடு பேசிக்கொண்டிருக்க, அவரது மேன்மை அறிந்த காலத்தில், அவர் காலடியில் அமர்ந்தவாறே, பிரபா அதை வியந்து கேட்டுக்கொண்டிருக்கும். அவர் மறைந்து இவ்வளவு காலத்துக்குப் பின்னும் அதற்கு இவ்வளவு வயதாகியும்கூட, எப்போது அவரைப் பற்றிப் பேசினாலும் நெகிழ்ந்து அழுதுவிடுகிறது பிரபா.

புற வாழ்வின் ஏற்ற இறக்கங்கள் எப்படி இருந்தாலும் அது கரிச்சான் குஞ்சுவை ஆழமாகப் பாதித்ததில்லை. அவரது ஆன்மிக விழிப்பு, அதற்குக் காரணமாக இருந்திருக்கலாம். ஒருமுறை கரிச்சான் குஞ்சுவுக்குக் கடுமையாக உடல்நிலை பாதித்தபோது, அவர் மகள் விஜயாவும் நானும் கும்பகோணம் செட்டி மண்டபம் அருகே உள்ள விமல் மருத்துவமனையில் கொண்டுபோய்ச் சேர்த்தோம். அந்த நாள் முழுக்கத் தவிப்பும் வலியும் சஞ்சலமு மாக இருந்தார். பிறகு தூக்கத்துக்கான மருந்துகள் தரப்பட்டு, ஊசிகள் போடப்பட்டு, காலை அசதியாய்க் கண்விழித்தார். "என்ன சார் எப்படி இருக்கிங்க? இப்ப வலி ஏதும் இல்லியே" என்று கேட்டேன். "ஆத்மாக்கு வலி உண்டா என்ன?" என்றார்.

09.08.83இல் பாண்டிச்சேரியிலிருந்து ஞானாலயா கிருஷ்ண மூர்த்திக்கு எழுதிய கடிதத்திலும் ஆத்மாவைக் குறிப்பிட்டுள்ளார். "வறுமையும் வேதனையும் எனக்குப் பிடித்த தோழர்கள். ஆனால், அது என் ஆத்மாவைப் பாதிக்கவில்லை என்றே நினைத்துக் கொள்கிறேன். அது எவ்வளவு தூரம் சரியோ எனக்குத் தெரியாது."

ஆத்மா என்று அவர் எதைச் சொல்கிறாரென எனக்குப் புரியவில்லை. 'த்வன்யா லோகா' மொழிபெயர்ப்பான 'தொனி விளக்'கில், தொனியின் முக்கியத்துவம் குறித்துத் தனது கருத்தைத் தனியே அடைப்புக்குறிக்குள் குறிப்பிட்டிருந்தார். அதில் இந்த ஆத்மா பற்றி அவர் குறிப்பிடுவதை அதிலும் கவனித்தேன். அதைப் படித்தபின் அதன் உட்பொருள் எனக்கு விளங்கிற்று.

"சொல்லும் பொருளும் காவியத்திற்கு உடல். ரஸம் முதலியவை உயிர், தொனி, ஆத்மா. உயிர் உடலில் இருந்து விலகுமெனில் ஆத்மா என்பது அவ்வியக்கம் மாத்திரம் இல்லை,

உணர்வுகளே ஆத்மா ஆகும். உயிரும் ஆத்மாவும் கூடித்தான் சரீரமென்பது நேரும். அவை இல்லையெனில் வெறும் சரீரம் உயிரும் உணர்வும் அற்றது ஆகும் என்பதை நினைவில் கொள்க" என்று குறிப்பிடுகிறார்.

பார்வைக் குறைபாடுகள் இருந்தும் உடல் நலிவு இருந்தும் எழுத வேண்டும் என்ற ஆவல் அவரிடம் சதா இருந்துகொண்டே இருந்தது. அது போலவே, அவர் எழுதிப் பாதியில் நிறுத்தியவை சில. தனது சுயசரிதைத் தொடர் ஒன்றைத் திருச்சியில் இருந்து வந்த *மனிதம்* இதழில் துவங்கி, அந்த இதழ் நாலாம் இதழோடு நின்றதும் இவரும் அந்தத் தொடர் எழுதுவதை நிறுத்திவிட்டார்.

மதுரையை ஆண்ட ராணிமங்கம்மாள் பற்றிய ஒரு நாவல் எழுத எண்ணி, அவர் பற்றிய ஏராளமான வரலாற்றுத் தகவல்களைப் பல நூல்நிலையங்களுக்குச் சென்று குறிப்பெடுத்து சேகரித்து வைத்திருந்தார். கடைசிவரை அதை அவரால் எழுத இயலவில்லை.

02.05.78இல் மன்னார்குடியிலிருந்து கிருஷ்ணமூர்த்தி மற்றும் ராமானுஜம் இருவரையும் சேர்த்து விளித்து எழுதிய ஒரு கடிதத்தில் எழுதுகிறார்:

1937 முதல் 1947 வரையிலான சமகால வரலாற்றுப் பின்னணியில் நாவல் எழுத முடிவாகிவிட்டது. இது வெறும் வரலாறாகிவிடுமோ என்று பயப்படுகிறீர்களா. இருக்காது. கதையம்சமே நிறைய இருக்கும். பிராமண சமூகத்தின் ஸனாதனிகள், ஆஷாடபூதிகள், போலி ஆச்சாரங்கள் முதலியவை தோலுரிக்கப்பட வேண்டும். இவ்வளவும் எழுத முற்றிலும் எனது குடும்ப சூழ்நிலையிலிருந்து விலகி, தத்துவம், சிந்தனை, தவம், தனிமை என்று இருந்தால் முடிந்துவிடும். காதல் கதைகள்தான் நிறைய வருகின்றனவே. உண்மையான நாவலை எழுதிப் படைக்கப் பார்க்கிறேனே நான்.

இது தொடர்பான இன்னொரு கடிதம் 27.11.81இல் பாண்டிச்சேரி 123, செட்டித் தெருவில் இருந்து கிருஷ்ணமூர்த்திக்கு எழுதியது. முன் நான் குறிப்பிட்ட கடிதம் 78. இது 81. இந்தக் கடிதத்தில் இப்படிச் சொல்கிறார்:

இங்கே எனக்கு நேரமே கிடையாது. ஓய்வு மிகக் குறைவு. இரவுகளில் எழுதலாம் என்றால் கண் ஒத்துழைக்க மறுக்கிறது. முன்பெல்லாம் இரவுகளில் தூங்குவது முட்டாள்தனம் என்று திமிரடியாய் இருந்ததற்கு இப்போது தண்டனை. இருந்தாலும் ஏதாவது செய்யத் தீர்மானித்துவிட்டேன்.

அடுத்த வருஷம் பிறந்த பிறகாவது மெல்ல மற்றொரு நாவலை, அரசியல் மற்றும் ஆன்மிகப் பின்னணியில் ஜாதி சமய சர்ச்சைகளோடு எழுதப்போகிறேன். ஆமாம் எழுதத்தான் போகிறேன். தினந்தோறும் சிறிது சிறிதாக எழுத உத்தேசம். ஏற்கனவே திட்டம் போட்டு நிறைய சிந்தனை செய்த கரு அது. ஆகவே சில மாதங்களில் முடித்துவிடலாம். ஒருவேளை பக்கம் குறைந்தாலும் நாவல் தரமுடையதாய் அமையும். வரலாற்று விவரங்கள் 1939 முதல் 1948 வரை அடிபடும். முறையற்ற பிராமணர்கள் சவுக்கடி படுவார்கள். சீர்திருத்தக்காரர்களும் செல்லாக்காசாய் இளிப்பது காட்டப்படும். பெரியாரின் தொண்டும் அதன் பயனும் உரிய பாராட்டைப் பெறும். அதேவேளை அவர் செய்த நாத்திகப் பிரச்சாரத்தின் போலித்தன்மையும் ஆத்திகத்தின் போலித்தன்மைக்கு அப்பால் உள்ள நிஜமான ஆத்திகமும் விளக்கப்படும். அந்தக் கதையில் நானே ஒரு பாத்திரமாக அமைவேன் (இது உண்மையும் கூட). ஆகவே தயவு செய்து கலைஞரின் நெஞ்சுக்கு நீதி எனக்கு வேண்டும். திருப்பிக் கொடுக்கப்படும் வகையில் எனக்குக் கிடைக்குமாறு செய்தல் வேண்டும். இதை எழுதும் போது இரவு 10:30. பாரதி படித்துக் கொண்டிருக்கிறேன். அடடா . . . படிக்கப் படிக்கப் புதுமை.

எழுதுவதில் திட்டங்களும் ஆசைகளும் இருந்ததுபோலவே, தான் உயிரோடு இருக்கும்போதே தனது புத்தகங்களின் மறுபதிப்புகள் வந்துவிட வேண்டும் என்றும் கரிச்சான் குஞ்சுவுக்குத் தணியாத ஆசை இருந்தது. அதை ஓரளவே அப்போது எங்களால் நிறைவேற்ற முடிந்தது. ஏற்கனவே வெளிவந்திருந்த அவரது ஏழு கதை தொகுதிகளில் இருந்து தொகுத்து, நர்மதா பதிப்பகம் 'அன்றிரவே' தொகுப்பை எண்பதுகளில் வெளியிட்டது. அதன் பின் பேராசிரியர். மது.ச. விமலானந்தம் அவர்களின் முயற்சியால், கீர்த்தி வாசன் என்ற தொழிலதிபரால் அவரது 'கழுகு' என்ற நாடகத் தொகுதி ஒன்று வெளிவந்தது.

சிம்மம் என்றும் ஞானபண்டிதர் என்றும் பிரியமாக அழைத்ததோடு மட்டுமல்லாமல், தனது கதைகளில் கரிச்சான் குஞ்சுவைச் சிறுசிறு பாத்திரங்களாகவும் உலவவிட்டவர் ஜெயகாந்தன். பொதுவாய் தனது சபையில், தான் அமரும் நாற்காலியில் யாரையும் அமர அனுமதிக்காத ஜெயகாந்தன், அவரை அதில் அமரவைத்துப் பேசச் சொல்லிக் கேட்டுக்கொண்டிருப்பார். அந்த ஜே.கே.யின் முயற்சியால் 1978இல் மீனாட்சி புத்தக நிலையம் 'பசித்த மானிடம்' புத்தகத்தை வெளியிட்டது. 'அதன் மறுபதிப்பு இனி எப்போ வருமோ தெரியலை' என வெகுகாலமாய் சொல்லிக்கொண்டிருந்தார் கரிச்சான் குஞ்சு.

1990இல் என்னிடமும் அது குறித்துப் பேசியுள்ளார். 9.4.82இல் பாண்டிச்சேரியிலிருந்து அவர் தனது நண்பர் ஞானாலயா கிருஷ்ணமூர்த்திக்கு எழுதிய கடிதத்தில் சலிப்போடு இப்படிச் சொல்கிறார்: "பசித்த மானிடம் மறுபதிப்பு வர வேண்டும் என்பது என் ஆசை. அது நிறைவேறப் போவதில்லை. போகட்டும்." அந்த நாவலை 78க்குப் பிறகான நீண்ட இடைவெளிக்குப் பின், எனது முயற்சியில் 2005இல், *காலச்சுவடு* வழியாகக் கொண்டுவந்தேன். கண்ணன் இதற்கு முன்பணமாகப் புத்தகம் வெளிவரும் பலமாதங்களுக்கு முன்பே 2004இல் ஒரு தொகையை என்னிடம் தந்தார். சாரதா அம்மாளிடம் நான் அதை வடபழனி தங்கவேல் காலனியில் சென்று தந்தபோது, "அவர் இருந்தபோது கூட, புஸ்தகம் வருமின்ன, எழுத்துக்கான பணத்த நான் பாக்கல சுப்ரமண்யம். அவர் இப்ப இல்லாமயும் குடுக்கறார். அத அப்படியே சுவாமி படத்துக்கு மின்ன வச்சுரு..." என்று தழுதழுத்தார்.

சிறுகதைகள், குறுநாவல்கள், நாடகங்கள் எனப் படைப்பிலக்கியத் தளத்தில் பல காலம் அவர் இயங்கி வந்திருந்தாலும் 'பசித்த மானிடம்' என்ற ஒரு நாவலின் வீச்சு அவரை இலக்கியத்தின் பல தளங்களிலும் இயங்குபவர்களிடம் கொண்டுபோய்ச் சேர்த்தது. அந்த நாவல் இப்போது நான்காம் பதிப்பைத் தாண்டிச் செல்கிறது. மூன்று பதிப்புகளின் ராயல்டி தொகையாக மட்டும் இதுவரை முப்பத்து ஐயாயிரம் வந்துள்ளது. காலச்சுவடின் வழியாகவே, அவரது சிறுகதைகளையும் நூலாகக் கொண்டுவர ஏற்பாடு செய்துள்ளேன். அதனை அரவிந்தன் தொகுத்திருக்கிறார்.

ஞானத்தால் பெற்ற பயமின்மையும் மார்க்ஸிய சிந்தனைப் போக்கில் இருந்த சன்னமான ஈடுபாடும் சேர்ந்து, அவர் எந்தச் சபையிலும் எந்த விஷயத்தையும் துணிச்சலாகப் பேசுபவராகவே இருந்தார். காஞ்சிப் பெரியவர் சந்திரசேகரேந்திர சுவாமிகளுடனான சதஸில், அத்வைதம் குறித்த விவாதங்களில் ஈடுபடும்போது, த்வைதம் என்றால், ஜீவாத்மா பரமாத்மா என்று இரண்டு. அத்வைதம் என்றால் இரண்டுமல்லாத ஒன்று என்கிறபோது, கடவுளும் இல்லை. அப்போ அதுவும் நாஸ்திகம்தானே என்று அவர் காஞ்சிப் பெரியவரிடம் விவாதித்ததை நண்பர் தேனுகா விடம் பகிர்ந்துகொண்டுள்ளார் கரிச்சான் குஞ்சு.

1986இல் இலங்கை எழுத்தாளர் மார்க்ஸிய சிந்தனையாளர் டேனியல் இறப்புக்குப் பொ. வேல்சாமியின் கோழி முட்டை ஏற்றும் வண்டியில் அமர்ந்து அவரது இறுதிச் சடங்குக்குச் சென்றதும், கம்யூனிச ஊர்வலங்களில் கலந்துகொண்டு கோஷமிட்டுச் சென்றதும் இதனால்தான். அதே பார்வை

கொண்ட, சிக்கல் சிடுக்கான நெருடலான மொழியில் அமைந்த தேவிப்பிரசாத் சட்டோபாத்யாயா எழுதிய, ஆங்கில புத்தகமான 'வாட் ஈஸ் லிவ்விங் அன்ட் வாட் ஈஸ் டெட் இன் இண்டியன் பிலாசஃபி' என்ற புத்தகத்தை எளிமையாக அவர் தமிழில் மொழிபெயர்த்ததும் அதனால்தான். பொ. வேல்சாமியும் பொதியவெற்பனும் அந்தப் புத்தக மொழிபெயர்ப்புக்குக் காரணமாக இருந்தாலும் அது மொழிபெயர்க்கப்பட்டதும் அதன் அதிக பக்கங்களால் பதிப்பாளர்கள் அதை வெளியிட முன் வரவில்லை. (அது வெளிவந்தபோது, அதன் பக்கங்கள் எழுநூற்றி ஐம்பத்தி ஐந்து.) அதை வெளியிட யார் யாரிடமோ அணுகிக் கடைசியில், தேனுகா அவரது நண்பர் சவுத் ஏஷியன் பாலாஜி வழியாக அந்தப் புகழ்பெற்ற மொழிபெயர்ப்பான *(what is living and what is dead in Indian Philosophy)* "இந்திய தத்துவ இயலில் நிலைத்திருப்பனவும் அழிந்தனவும்" புத்தகத்தைக் கொண்டுவந்தார். பாலாஜி அப்போது அந்தப் புத்தகத்துக்காக ஐயாயிரம் ரூபாயைக் கரிச்சான் குஞ்சுக்குத் தந்தார். அது அப்போது அவருக்குப் பெரிய பணமாக இருந்தது.

காஷ்மீரத்தில் ஒன்பதாம் நூற்றாண்டில் வாழ்ந்த 'ஆனந்தவர்த்தனரின் த்வன்ய லோகாவை, தொனி விளக்கு' என்ற பெயரில் அவர் மொழிபெயர்த்த புத்தகமும் தமிழுக்கான பிற மொழி வரவுகளில் முக்கியமானது. க்ரியாவுக்காக மொழி பெயர்க்கப்பட்ட 'த்வன்ய லோகம்' க்ரியா ராமகிருஷ்ணனுக்கும் அவருக்குமான சிறு கருத்து முரண்பாடால் வெளிவராமல் போனது. அதன் பின் அதனை நான் மீராவின் அன்னம் பதிப்பகம் வழியே கொண்டுவர முயற்சி எடுத்து, அவரிடம் கொண்டுபோய்ச் சேர்த்தேன். அவரும் ஏனோ சில வருஷங்கள் அதனை வெளியிடாமலேயே இருந்தார். கரிச்சான் குஞ்சுவின் மறைவுக்குப் பின், அதை அவர் இருக்கும்போது வெளியிடாததற்கு வருத்தப்பட்டு, பின் அதை அச்சுக்கோப்பும் செய்துவிட்டார். அப்போது திடீரென அதன் கடைசி அத்தியாயம் காணவில்லை என்று மீரா சொல்ல, எனக்கு என்ன செய்வதென்றே புரிய வில்லை. அப்போது கரிச்சான் குஞ்சுவும் இல்லை. மறுபடி எங்கு தேடியும் அது கிடைக்கவில்லை. இதற்கிடையில் மீராவும் உடல் நலமின்றி மறைந்துவிட்டார். கடைசியில் மீராவின் மகன் கதிரிடமிருந்து அதை வாங்கிவந்தேன். நண்பர் கி.அ. சச்சிதானந்தம் அதில் விடுபட்ட பகுதிகளை சமஸ்கிருத அறிஞர்களின் உதவியோடு ஒழுங்கு செய்ய முதலில் முயன்றார். பின்பு அவரே, "கரிச்சான் குஞ்சு உயிரோடு இல்லாத்தால, இன்னாத்துக்குப்பா அதுல போயி திருத்தம் பண்ணி, இல்லாத்த இன்னோர்த்தனை வச்சி எழுதிச் சேத்துகினு.வேண்டாப்பா.வுடுப்பா

அப்படியே போட்றலாம்” என்று முடிவு செய்ய, பின் அதை எந்தச் சேர்ப்பும் இல்லாமல் கொண்டுவர முடிவாயிற்று. அதை அவ்விதமே வெளியிட நண்பர் சந்தியா நடராஜன் சம்மதித்து, சந்தியா பதிப்பக வெளியீடாக 2004இல் அதை வெளியிட்டார். புரிந்து கொள்வதற்குச் சற்றுக் கடினமான கையெழுத்துப் பிரதியாய் இருந்த கரிச்சான் குஞ்சுவின் ‘அந்த தொன்விளக்கு’ நூலை, பி.சா. சுப்ரமணிய சாஸ்திரியாரின் ‘த்வன்யா லோகா’வுடன் ஒப்பிட்டு ஒழுங்குபடுத்தித் தந்தவர் தம்பி ப. சரவணன்.

குடவாசல் சேதீனிபுரம் ராமா மிருத சாஸ்திரிக்கும் ஈஸ்வரியம்மாளுக்கும் 10.07.1919இல் பிறந்த ஆர். நாராயணசாமி என்கிற கரிச்சான் குஞ்சு, 17 ஜனவரி 1992இல் மறைந்தபோது, நானும் தேனுகாவும் கரிச்சான் குஞ்சுவுக்கான ஒரு கருத்தரங்கத்தை நடத்தத் திட்டமிட்டு, எல்லா வேலைகளையும் முடித்த பின், கடைசியில் முத்துவையும், பொதியவெற்பனையும் அதில் சேர்த்துக்கொண்டோம். கும்பகோணம் ஜனரஞ்சனி ஹாலில் கருத்தரங்கம் நடந்தது. அதில் கரிச்சான் குஞ்சுவின் படத்தைத் திறந்து வைத்து அவர் பற்றியும், எம்.வி.வி. நடத்திய தேனீ இதழில் இணைந்து, அவர் துணை ஆசிரியராகப் பணியாற்றியது பற்றியும் அவரது பன்முக ஆற்றல் பற்றியும் எம்.வி.வி. பேசினார். அந்த விழாவில், அவரது சிறு நாடகப் பிரதியான ‘காலத்தின் குர’லை நானும் தேனுகாவும் எங்கள் சொந்தச் செலவிலேயே, புதிய நம்பிக்கை இதழ் ஆசிரியர் பொன் விஜயன் வழியாகக் கொண்டுவந்தோம்.

அதே கும்பகோணம் ஜனரஞ்சனி ஹாலிலும் காந்தி பார்க்கிலும் கோபால்ராவ் நூலகத்திலும் அவருடைய பேச்சைக் கேட்டுத்தான், என் கல்லூரிக் காலங்களில் அவர் மீது எனக்குப் பெரும் மதிப்பும் உருவாகியிருந்தது. சில வேளைகளில் எம்.வி.வி.யும் அவர்கூட இருப்பார். வெங்கட்ரமணா ஓட்டலில் காப்பி சாப்பிட்ட பின், முத்து பீடாக் கடையின் தாம்பூலம் துலங்க பேச்சு போய்க்கொண்டிருக்கும். அதன் பின் அவரை வீட்டுக்குச் சென்று பார்க்கும் வழக்கம் ஏற்பட்டது. நானும் இன்று திரைப்பட வசனகர்த்தாவாக இருக்கும் பிருந்தாசாரதியும் இப்போது கோவையில் தமிழாசிரியராப் பணிபுரியும் செந்தில் வேலுவும் வெற்றிலை சீவல் வாங்கிக்கொண்டு அவரைப் பார்க்க மாதம் ஒரு தடவையாவது சென்றுவிடுவோம். கல்லூரி மாணவர்களாகிய நாங்கள் எழுதிய கவிதைகளை வாங்கி அவர் ஆர்வமாய்ப் படிப்பார். அப்போது கம்பராமாயணப் பாடல்களை அனுபவித்து ரசனையோடு பாடம் எடுப்பது போலச் சொல்வார். அவருக்குப் புதுக்கவிதைகள் மீது அத்தனை ஈடுபாடில்லை. மரபின்

செழுமையை உண்டு களித்துத் திளைத்த மனத்திற்கு அப்படி ஒரு விலகல் இருந்ததில் எங்களுக்கு ஆச்சர்யமும் இல்லை.

கவிதை பற்றி ஏராளமான விஷயங்களைச் சொல்வார். தொல்காப்பியம் யாப்பருங்கலக்காரிகை பற்றியெல்லாம் பேசுவதோடு நில்லாமல், உசிதமல்லாததை விலக்கி உசிதமானதை மட்டும் வைத்தால் கவிதை ஆகும் என்று சொல்லும் ஷேமேந்திரரின் ஔசித்திய விசாரம், நேர்கோட்டில் போனால் உரைநடை, அதைச் சற்று வளைத்து நெளித்துப் போட்டால் கவிதை என்று சொல்லும் குந்தகாவின் 'வக்ரோக்தி ஜீவிதம்', கவிதைக்குள் எழுப்பும் த்வனி பற்றிய ஆனந்தவர்தனரின் 'த்வன்ய லோகா' போன்ற கவிதை இயல் சார்ந்த புத்தகங்களைப் பற்றியெல்லாம் விரிவாகச் சொல்வார். பெர்னாட்ஷாவின் 'ஆப்பிள் கார்ட்' பற்றியும் டி.எஸ். எலியட் கவிதைகள் பற்றியும் பேசுவார். பிருகதாரண்ய உபநிஷத்தையும் டி.எஸ். எலியட்டின் பாழ்நிலத்தையும் ஒப்பிட்டுப் பேசுவார். வயசு வித்தியாசமின்றி எதைப் பற்றியும் அவரிடம் பேச முடியும். அருவி போல விஷயங்கள் கொட்டும். அவரை விட்டு அகல மனம் வராது. எத்தனை நூலகம் போய்ப் படித்தாலும் அவ்வளவு விஷயங்கள் கிடைக்காது. பேச்சின்போது அமர்ந்தபடியே குதிப்பார். சத்தமிடுவார். சத்தமாகச் சிரிப்பார். கைதட்டுவார். சில சமயம் மூக்குக் கண்ணாடி கீழே விழும். தனது கைத்தடியை எடுத்துத் தரையில் தட்டுவார். வெற்றிலை எச்சில் தெறிக்கும். கோபத்தில் சில சமயம் 'த்தாயோளி' என்றும் 'வள்ளார ஓளி முண்டைகளா', 'வக்காள ஓழிகளா' என்றும் கெட்ட வார்த்தைகள் சிதறும். எதைப் பேசினாலும் அதை உல்லாசமாய் அனுபவித்துப் பேசுவார். அது வெறும் பேச்சாக இராது. ஒரு நிகழ்வு போலவே இருக்கும். பின்னாளில் கண் உபாதைக்கும் இதய நோய்க்கும் ஆட்பட்ட பின் இந்த வேகம் எல்லாம் கொஞ்சம் குறைந்தது.

சங்கர பாஷ்யம், பிரம்மசூத்ர பாஷ்யம் போன்றவற்றில் ஆழ்ந்த தோய்வு கொண்ட கரிச்சான் குஞ்சு, வடமொழி விற்பன்னராக இருந்தாலும், ஹிந்தி ஆங்கிலம் அறிந்திருந்தாலும், தமிழ் மொழியின் மீது அவர் கொண்டிருந்த மாளாத அன்பு அவரது செயல்களில் வெளிப்பட்டுக்கொண்டிருந்தது. காஞ்சி சங்கராச்சாரியார் சொன்னதற்கேற்ப, கும்பகோணம் சங்கர மடத்தில் அவர் உரை நிகழ்த்தியிருக்கிறார். அதற்குத் தேனுகா அவரை அழைத்துப் போவார். சமஸ்கிருதத்தில் உரை அமைய வேண்டுமென்று சொல்லப்பட்டாலும் உரையின் கடைசிப் பகுதிகளை அவர் தமிழில் பேசித்தான் முடிப்பார். அது போலவே, அவர் பள்ளிகளில் கம்பராமாயணம் நடத்தும்போது, வால்மீகி

ராமாயணத்தையும் சேர்த்துச் சொல்லி நடத்தியிருப்பதை அவரிடம் படித்த மாணவர்கள் கூற நான் கேட்டிருக்கிறேன்.

உயர் சாதி எனக் கருதப்படும் சாதியில் அவர் பிறந்திருந் தாலும், அவருடைய கரிசனங்கள் மிகச் சாதாரணர்கள் மீதும் எளியவர்கள் மீதுமே இருந்தன. அவர் சார்ந்த சமூகத்தின் சில மடமைகளின் மீது அவருக்குக் கடுமையான விமர்சனங்கள் இருந்தன. அவர் எழுதிய நாவலில் சமூகத்தால் புறக்கணிக்கப்பட்ட ஒரு குஷ்டரோகியின் கதையையே எடுத்துக் கொள்கிறார். ஓரினப் புணர்ச்சி பற்றிய விஷயங்களைத் தமிழில் முதன் முதலாக எழுதுகிறார். ரகசியமாய் நடக்கும் ஒரு விஷயத்தைப் பொது வெளிச்சத்துக்குக் கொண்டுவருகிறார். அது குறித்த பார்வையையும், விவாதத்தையும் சமூகம் முன்னெடுக்கத் தன் படைப்பின் வழியே ஒரு சாளரத்தைத் திறந்து வைக்கிறார். இந்த அணுகுமுறையை அவரின் பல படைப்புகளில் நாம் காண முடியும்.

சமூகம் பேசக் கூசுகிற விஷயத்தை எழுதும் இதுபோன்ற துணிச்சல் அவருக்குப் புதிதல்ல. அவரது பால்ய காலத்தில் 1937 ஜூன் முதல் 1941 மே வரை மதுரையில் உள்ள ராமேஸ்வரம் தேவஸ்தான பாடசாலையில் வடமொழியும் தமிழும் பயிலும் போது அவர் சில நாடகங்களில் நடித்துள்ளார். அதில் பட்ட நாராயணரின் ‘வேணீ சம்ஹாரம்’ என்ற பாரதக் கதையை ஆதாரமாகக் கொண்ட நாடகத்தில் நடித்த போது கர்ணனுக்கும் அஸ்வத்தாமனுக்கும் கடும் வாக்குவாதம் நடக்கும் காட்சி. இதில் அஸ்வத்தாமனாகக் கரிச்சான் குஞ்சு நடிக்கிறார். “இங்கே பார் கர்ணா, நான் எதற்கும் தயங்க மாட்டேன் என் பூணூலைக்கூட அறுத்தெறிவேன்” என்று பேசி சவால்விட வேண்டிய கட்டத்தில் அவர் உண்மையாகவே பூணூலை அறுத்தெறிந்துவிட்டார் என்கிறார் அவருடன் அந்தப் பாடசாலையில் பயின்ற பி.எச். சிவசுப்ரமணியன். பூணூலை அறுப்பதென்பது அபசாரம். அதுவும் வேத பாடசாலையில் பயிலும் ஒரு மாணவன் அறுப்பது என்பது பெரும் அதிர்ச்சியான விஷயம். அன்று முதல் அவருக்கு அங்கு அஸ்வத்தாமா என்ற பட்டப் பெயர் நிலைத்திருந்திருக்கிறது.

அவரின் இள வயதுத் துணிச்சலுக்கு இன்னொரு சம்பவமாக அவருடன் பயின்ற நண்பர் பி.எச்.சிவசுப்ரமணியனின் வார்த்தை களில் இங்குக் குறிப்பிடலாம்: “திருச்செந்தூர் பி.கே. சுப்ரமணியன், திருக்கோயிலூர் நாகசாமிசர்மா, மேலப்பாவூர் தேவராஜன், திருவல்லிக்கேணி வைத்தியநாதய்யர், திருச்சி கே. ஜானகிராம ஷர்மா போன்றவர்களுடன் எண்பது பேராகப் படித்தோம். நாங்கள் எண்பது பேரும் கட்டுக் குடுமியுடன்தான் இருப்போம். அவ்வளவு முடியோடு தினமும் இரண்டு மூன்று வேளை

தலைக்குளிப்பதும் அதைப் பராமரிப்பதும் மிகுந்த சிரமமாக இருந்தது. அதைப் பற்றிப் பேசிக்கொண்டிருந்தோம். திடீரென ஒரு நாள் முடியைத் திருத்தி உச்சிக் குடுமியோடு வந்துவிட்டான் நாராயணசாமி. பாடசாலை முதல்வர் வி. சுப்ரமணிய அய்யர் அவனைப் பார்த்தார். நான் பாடசாலை சட்டங்களை மீற வில்லை. உச்சி குடுமியும் ஒரு குடுமிதானே என்று அவன் சொல்ல, அவரால் ஒன்றும் சொல்ல முடியவில்லை. நாங்களும் எல்லாரும் உடனே மறு நாளே உச்சிக் குடுமிக்கு மாறிவிட்டோம். நாராயணசாமிக்கு அபாரமான ஞாபக சக்தி. ஒரு தடவை பாடம் கேட்டால் மறுபடி புஸ்தகத்தை ஏறெடுத்தும் பார்க்க மாட்டான். அதோடு அகடவிகட சாமர்த்தியம், அரட்டை, நகைச்சுவையாகப் பேசுதல், அரசியல் விஷயங்கள், யாருக்கும் தெரியாமல் இந்தி சினிமா பார்ப்பது, அகப்பட்டால் இரண்டணா அபராதம் கட்டுவது என்று அவனிடம் அப்போதே அபாரமான துணிச்சல் இருந்தது. அதனால் எப்போதும் அவனைச் சுற்றி ஒரு கூட்டம் இருந்துகொண்டிருக்கும்."

வேதாந்த நோக்கில் அவர் பாரதியின் ஆத்ம பக்குவத்தைப் பற்றி எழுதிய 'பாரதி தேடியதும் கண்டதும்' நூலும் கு.ப.ரா. பற்றி அவர் எழுதிய விரிவான கட்டுரைத் தொகுப்பும் அவரது தமிழ் இலக்கிய பங்களிப்பில் முக்கியமானவை. **கரிச்சான்** என்ற புனைபெயரில் எழுதிவந்த தன் ஆசான் கு.ப.ரா.வுக்குத் தான் சிஷ்யன் என்று சொல்லிக்கொண்டு அவரே சூட்டிக்கொண்ட பெயர்தான் **கரிச்சான் குஞ்சு**. அவரது இயற்பெயர் ஆர். நாராயணசாமி. அந்த அளவுக்கு கு.ப.ரா. மேல் மதிப்பும் அன்பும் கொண்டிருந்தவர் கரிச்சான் குஞ்சு.

"பாரதி நூற்றாண்டின்போது பாரதி பற்றியும் அவரது படைப்புகள் பற்றியும் நூற்றுக்கணக்கான புத்தகங்கள் வெளிவந் துள்ளன. ஆனால் எல்லாம் சேதாரம். மிகையில்லாமல் பரவச மில்லாமல் அவரை வெளிப்படுத்திய புத்தகங்கள் கனகலிங்கத்தின் 'என் குருநாதர்', கரிச்சான் குஞ்சுவின் 'பாரதி தேடியதும் கண்டதும்', யதுகிரியம்மாள் எழுதிய 'பாரதி சில நினைவுகள்' போன்ற வெகு சிலவே தேறுகிறது" என்று சொன்ன க.நா.சு., அவரது 'பசித்த மானிடம்' நாவலை மிகச் சிறந்த நாவலாகக் குறிப்பிட்டு இலக்கிய கூட்டங்களில் பேசியுள்ளார். அதையே தாய் வார இதழிலும் எழுதினார்.

பாரதி போலவே கரிச்சான் குஞ்சும் வேதங்களில் தோய்ந்தவர் தான். இன்னும் கூடுதலாக சுக்ல யஜீர் வேதத்தின் பகுதியான பிருஹதாரண்யக உபநிஷத்தை சுரத்தோடு அத்யயனம் செய்தவர். கனம் என்னும் முறையில் கடினமான வேதப் பகுதிகளைப் பயின்ற கனபாடிகளுக்கு இணையானவர் அவர். பாரதியின்

படைப்புகளில் வேதங்களின் தாக்கங்கள் பற்றியும் அவர் பேசி யுள்ளார்.

பாரதி,

ஜெயபேரிகை கொட்டடா – கொட்டடா
ஜெயபேரிகை கொட்டடா!

பயமெனும் பேய்தனை அடித்தோம் பொய்மைப்
பாம்பைப் பிளந்துயிரைக் குடித்தோம்;
வியனுலகனைத்தையும் அமுதென நுகரும்
வேத வாழ்வினைக் கைபிடித்தோம்.
ஜெயபேரிகை கொட்டடா – கொட்டடா.
ஜெயபேரிகை கொட்டடா!

என்று பாடுகிறார். ஆனால் வேதங்களைத் தங்கள் அளவில் ஆழமாக உள் வாங்கிக்கொண்ட இருவருமே வேத வாழ்வினைக் கைப்பிடிக்கவில்லை; அசல் கலைஞனின் வாழ்க்கையையே வாழ்ந்தனர்.

மனித மனத்தின் அடியில் படிந்து போயிருக்கும் தன்முனைப்பு, காமம், பொருந்தாக் காமம், செல்வம் சேர்ப்பதில் உள்ள வேட்கை, அதன் பொருட்டு நடக்கும் கேவலங்கள், பக்தியின் பெயரால் ஆன்மீகத்தின் பெயரால் நடக்கும் போலித்தனங்கள் என்று எல்லா வற்றையும் மறைக்காமல் ஒளிக்காமல் தன் படைப்புகள் மூலம் நம் முன் வைக்கிறார் கரிச்சான் குஞ்சு. எதையும் எதிர்பார்க்கமால் நேர்மையாய் எதன் மீதும் மறைந்தோ சாய்ந்தோ ஒளிந்தோ கொள்ளாமல், நேரிடையாகக் கணீரென்ற குரலில் தளுக்கின்றி அவர் சத்தியத்தைப் பேசுவது, அவர் படைப்புகளின் வழியே இன்னமும் கேட்கிறது.

ஒன்றித் திளைத்து வெளிப்படும் அவரது சுவாரஸ்யமான சம்பாஷணை யாராலும் அவ்வளவு எளிதில் மறந்துவிடக் கூடிய தல்ல. கடும் வாசிப்பும் வாசித்ததைக் கேட்பவன் கிறங்குமாறு சொல்வதிலும் சமர்த்தர். ருசியான உணவும் பேச்சும் தாம்பூலமும் சிரிப்பும் குதூகலமுமாய் அவர் வாழ்வைக் கொண்டாடிக் கொண்டுதானிருந்தார். எல்லா விதமான துயரங்களோடும் அவர் சுகவாசியாக சந்தோஷமாக நிம்மதியாக இருந்ததைத்தான் நான் எப்போதும் கண்டிருக்கிறேன். ஒரு வகையில் எனக்கது அப்போது ஆச்சரியமாக இருந்தது. ஆனால், அது தரித்திரத்தை எக்காளம் செய்து அவர் சிரித்து விளையாடிய விளையாட்டு என்று இப்போது புரிகிறது எனக்கு.

தஞ்சையில் தமிழ்ப் பல்கலைக்கழகமும்
சாகித்திய அகாதெமியும் இணைந்து 10.08.2012இல் நடத்திய
கரிச்சான்குஞ்சு கருத்தரங்கில் வாசித்த கட்டுரை.

நாதவனத்தை நிர்மாணிக்கும் கவிதைப் படிமங்கள்

ஒரு ராகம் எப்படி நமக்குச் சட்டென அடையாளப்படுகிறது? அதன் பிரதான ஜீவஸ்வரங்கள் வழியேதான். அந்த ஜீவஸ்வரங்களை உரிய முறையில் பிடித்து, துவக்கத்திலேயே உணர வைப்பவர்கள் உண்டு. மேலும் கீழுமாக ஏற்றியும் இறக்கியும் அசைத்தும் பாடும்போது புரிய வைப்பவர்கள் உண்டு. அதன் சாயல் புலப்பட்டும் இன்னொரு ராகத்தின் மயக்கம் தோன்ற வைப்பவர்களும் உண்டு. ஜீவஸ்வரங்களை ஸ்வராந்திர அடுக்குகளுக்குள் மறைத்து விளையாடுபவர்களும் உண்டு. அந்த வித்வத்துவ விளையாட்டில் மேல்தளத்தில் ஒலிக்கிற சாதாரண காந்தாரத்தைக் கூர்ந்து கேட்டால், அது அந்தர காந்தாரமாக இருக்கலாம். அசட்டு கவனத்தில் கேட்கப்படும் கைசிகி நிஷாதத்தை ஆழ்ந்து கவனித்தால், காகிலி நிஷாதமாக இருக்கும். சில சமயம் புரிந்தது போல இருக்கும், புரியாது. பிறகு, ராகத் தேடலை மறந்து, ப்ருகாக்களின் உதிர்வில் மலைப்போம். கமகங்களில் கிறங்கித் திளைப்போம். ஒரு கட்டத்தில் ராகமும் அழகான ஓசையும்கூட மறைந்து, உணர்வில் ததும்பும் அலையாக அது மாறி, ஏதோ இனம் புரியாத சிலிர்ப்பை நம்முள் நிகழ்த்தும். அந்த அனுபவத்தை ஒத்தவைதாம் அபியின் கவிதைகள்.

பாரதியும் பாரதிக்குப்பின் பிச்சமூர்த்தியும் தொடங்கிவைத்த புதுவித எழுத்து முறைமைகள்தான், அறுபதுகளில் கவிதை இயக்கம் வேர்பிடித்து வளர

அடி மண்ணாய் இருந்ததெனச் சொல்லலாம். அந்த வளத்தில் விளையத் துவங்கியவை இன்றும் சங்கிலித் தொடராய் மகசூல்கள் தந்தவண்ணம் இருக்கின்றன. அப்போது ஏராளமான கவிகள் வந்தனர். பல குழுவினராய்ப் பிரிந்து இயங்கி, கவிதைத் துறைக்கு வளம் சேர்த்தனர். ஒரு கோணத்தில் பாரதியிலிருந்தே தமிழின் அரூபக் கவிதைகளும் தொடங்கிவிட்டன என்றாலும், அவருக்குப் பின், அதில் குறிப்பிடும்படி இயங்கியவர், தருமு சிவராம் என்கிற பிரமிள். அதன் பின், முப்பதாண்டுகளுக்கும் மேலாக அரூபக் கவிதைகளில் மட்டுமே மனஓர்மை கொண்டு இயங்கி, தன்னையே அந்த அரூபக் கவிமொழிக்கு ஒப்புக் கொடுத்துவிட்டவர் அபி.

ஒரு வகைப்பாட்டிற்காகப் பிரமிளை இங்கு சேர்த்தாலும் அவரது இயங்கு தளங்களின் திசைகளும், அவர் ஏற்படுத்திய சாதக பாதக விளைவுகளும் முற்றிலும் வேறானவை. அபிக்கோ கவிதை மட்டுமே களம். இரைச்சல்களுக்கே ஆட்பட்ட காதுகளுக்கு அவரது மௌனத்தை உணர்வது கடினம்தான். அவர் நுட்பமான வாசகனுக்குப் பிடிபடலாம். பிடிபட்டது போல போக்குக் காட்டி ஓடலாம். அல்லது பிடிபட்டுவிடாமலேயேகூடப் போகலாம்.

அபியின் கவிதைச் சாதனைகளில் முதன்மையானது, மொழியிலிருந்து அதன் அர்த்தத்தை வெளியேற்றிவிட்டு, புதிய கவிதை மொழியைக் கவிதைக்குள் உருவாக்கியிருப்பதுதான். அகச் சலனங்களை நோக்கியே இயங்கும் இவரது கவிதைகள், அரூப நிலைகளிலேயே மையங்கொண்டு திளைக்கின்றன. தமிழ்ப் புதுக்கவிதை இயக்கத்தில், யாரோடும் ஒப்பிட முடியாத, யாரின் சாயலுமற்ற தனிப்பாதையைத் தனக்கென வகுத்துக்கொண்டவர் அபி. அதுவே பொது வாசகனுக்கு ‘அவர்’ உறைக்காமல் போனதற்கும் காரணமாக அமைந்துவிட்டது. அவர் வானம்பாடிகளின் நண்பர். ஒரு வகையில் அவர்கள் சேர்மானத்தால் பிற குழுக்களால் அவர் கவனிக்கப்படாமல் போனார். அதைவிடவும் முக்கியமானது அந்த வானம்பாடிகளாலும் அவர் சரியாக உணர்ந்துகொள்ளப் படாததுதான். போதும் போததற்கு அவர் யாரோடும் தொடர்பின்றித் தனிமை வனாந்தரத்தில் திரிபவர்.

அரை நூற்றாண்டைக் கடந்த தமிழின் நவீன கவிதை வரலாற்றில், சட்டென கண்ணுக்குப் புலனாகாத அபியின் இருப்பு, தேடலும் கரிசனமும் நிறைந்த நுட்பமான வாசிப்பில் பிடிபட சாத்தியமாகிற ஒன்றுதான். நவீன மரபில் இந்த அளவுக்கு அதீத மௌனத்தைத் தன் படைப்புகளின் ஆழத்தில் வளமான வண்டலாகப் படியவிட்டுப் பரிசோதித்தவர் இவர் ஒருவராகத் தான் இருக்க முடியும் என்றுகூடச் சொல்லலாம்.

வாதப் பிரதிவாதங்கள், பிரகடனங்கள், வெற்று கோஷங்கள், மேடை யுத்திகள், உரத்துப் பேசும் தன்மை, ஆதாயத் தேடல்கள், மறைமுக நிரல்கள், முதுகு சொரிதல்கள், நிரூபித்து அடையத் துடிக்கும் எத்தனங்கள் – எனக் கவிதை உலகில் நிலவும் கசடுகள் எதுவும் இவரது கவிதைகளை மட்டுமல்ல, இவரையும் சீண்ட வில்லை.

செவிக்குப் புலனாகி மனசை வந்தடையும் சங்கீதம்போலவே, கண்களின் வழியே கருத்துக்குப் புலனாகி மனசை வந்தடையும் அபியின் கவிதைச் சொற்களும், அதன் அர்த்தத்தில் அங்கு இருப்பதில்லை. நாமறிந்த மொழியின் சொற்களைக் கொண்டே அவர் எழுதியிருந்தாலும் மொழிக்குள் மொழியை உருவாக்கும் ரசவாதத்தால், புதிய புதிய அனுபவங்களை உணர வைக்கிறார். அபியின் 'ராகம்' – என்ற ஒரு கவிதை இப்படி முடிகிறது.

கவிதையின் மூச்சு ஒன்று
கவிதையை மறுத்துக்
கடல்வெளி முழுவதையும்
கரைக்கத் தொடங்கிற்று

இங்குக் கவிதை, மூச்சு, கடல் என்னும் சொற்கள் வந்த வேகத்தில் பின்வாங்கிக்கொள்கின்றன. தன்னை மறுத்து தான் ஆகி, ஒரு ராகம் கொள்ளும் பெருவியாபகம் போல் அனுபவம் உண்டாகிறது. மேல்தளத்தில் ஒரு பொருளைத் தந்த ஒன்று, அடியாழத்தில் வேறொன்றாக உருமாறி, படிப்பவரின் அறிவுக்கும் அனுபவத்திற்குமேற்ப விதவிதமான பொருள்களைத் தந்து வினோதம் நிகழ்த்துகிறது. ஒரு வகையில் செப்பிடு வித்தை போல, படித்த சொல்லின் பொருள் ஒன்று கணத்தில் மாயமாகி, அதே சொல்லில் வேறொன்று, ஒன்றும் தெரியாதது போல அமர்ந்திருக்கிறது.

பொறுமையையும், நிதானத்தையும், கவனக் குவிப்பையும், புதியதை விழையும் வேட்கையையும் கோருபவை அபியின் கவிதை கள். அதை முழுமையாகக் கண்டடைய, அதன் மேல்மூட்டங் களையெல்லாம் விலக்கிவிட்டு, குறியீடுகள், சமிக்ஞைகள், சன்ன ஒலிகள், சோபையான வெளிச்சக் கீற்றுகள் போன்றவற்றின் சொற்ப வழிகாட்டலில் தான் நாம் பயணிக்க வேண்டியிருக்கிறது. இவ்வளவு நடந்த பிறகும் நாம் வருமென்று நினைத்த ஊர் வரலாம். அல்லது வேறு புதிய ஊரை அறியலாம். எதுவுமே இல்லையெனில், கடந்துவந்த தூரம் என்னும் ஒரு காலமற்ற அனுபவம் நம்மை நிறைக்கலாம். 'நிசப்தமும் மௌனமும்' என்று ஒரு கவிதை.

நெடுங்கால நிசப்தம்
படீரென வெடித்துச் சிதறியது.
கிளைகளில் உறங்கிய
புழுத்தின்னிப் பறவைகள்
அலறியடித்து
அகாதவெளிகளில்
பறந்தோடின
தத்தம் வறட்டு வார்த்தைகளை
அலகுகளால் கிழித்துக் கொண்டே.

ஒரு எளிய பார்வையில், திடீரென நேர்ந்த ஒரு வெடிப்பில், சட்டென ஒரு பறவைக் கூட்டம் பறக்குமொரு காட்சி மனசில் விரிகிறது. நிதானமாக யோசித்தால், ஒவ்வொரு சொல்லும் நிறுக்கப்பட்டு, அதன் கனமறிந்து பயன்படுத்தப்பட்டிருப்பதை உணர முடிகிறது. இது இவரது எல்லாக் கவிதைகளுக்கும் பொருந்தும் ஒரு அம்சமாகவே இருக்கிறது. 'நெடுங்கால நிசப்தம்'– என்பது என்ன? யாருடைய நிசப்தம் அது? அல்லது எந்த சமூகத்தின் நிசப்தம்? இல்லை, பிரபஞ்சத்தின் நிசப்தமா? எது அது? படீரென வெடித்துச் சிதறியது என்றால் ஏன் அப்படி நிகழ்ந்தது? யாரால் அல்லது எதனால் நிகழ்ந்தது இப்படி? அடுத்து 'கிளைகளில் உறங்கிய' என்கிறார். கிளைகளில் உறங்கியது எத்தகைய பறவை? அது என்ன உறக்கமா? உதாசீனமா? 'புழுத் தின்னிப் பறவைகள்' –என்று ஒரு சொல்லைப் போடுகிறார். நல்ல பழங்கள் இருந்தும் சாப்பிடவில்லையோ? அல்லது புழுவையே தின்று வாழ சபிக்கப்பட்டவையா அவைகள்? அதன் பின், சாதாரணமாய்ப் பறக்கவில்லை. அலறியடித்துக்கொண்டு பறந் தோடின என்கிறார். அலறிக்கொண்டு மட்டுமில்லை. தத்தம் வறட்டு வார்த்தைகளை வேறு அலகுகளால் கிழித்துக்கொண்டு. மொத்தத்தில் பறவை என்கிற படிமம், பறவை உருவைக் கொஞ்சம் கொஞ்சமாக அழித்துவிட்டு வேறு ஏதோவாக மாறி ஒரு பயங்கரம் தொனிக்கிறது. இந்தச் சிறிய கவிதை வரிகள் எழுப்பும் கேள்விகள்தான் எத்தனை! ஒரு தட்டையான நேர்கோட்டுப் பார்வையில் இது தரும் பொருள்களை யோசித்தால், பல மடிப்புகள் விரிகின்றன. ஒரு கூட்டத்தின் திடீர் எழுச்சி போலப் படுகிறது. ஒரு குடும்பத்தலைவனின் பொறுமை இழந்த நடவடிக்கை யாகப் பார்க்க முடிகிறது. ஒன்றின் தன்னிழப்பில் இன்னொன்று புதிதாய்ப் பிறப்பது போல இருக்கிறது. செப்டம்பர் பதினொன்று போலவும் தோன்றுகிறது. ஒரே ஒரு சிறு காட்சிப் படிமம்தான். அது எத்தனை விதவிதமான அர்த்த அடுக்குகளைப் பார்வைக்கும் அனுபவத்துக்கும் தக்க விரித்து, முடியாமல் சென்றவாறே இருக்கிறது! அபியின் இந்தக் கவிதையின் தலைப்பு 'நிசப்தமும் மௌனமும்'. அவர் கவிதையில் தொடங்குவது நிசப்தத்தின்

வெடிப்பு. அப்படியானால் மௌனம் நிசப்தம் அல்ல. அந்த மௌனத்தின் தரிசனத்தைத்தான் கவிதையின் பிற்பகுதி ஏங்கி நோக்குகிறது. எஸ்ரா பவுண்ட் படிமத்தைப் பற்றிச் சொன்னதை இங்குப் பொருத்திப் பார்க்க இடமிருக்கிறது.

> ஒரு படிமம் என்பது வெறும் கருத்தாக்கமல்ல;
> அது ஒரு சுடரும் கண்ணி; கணு;
> அல்லது கொத்து. அது ஒரு சுழல்.
> அதிலிருந்து கருத்தாக்கங்கள் பீறிட்டுக்
> கொண்டேயிருக்கின்றன.

வாழ்வின் அபத்தம், நிலையின்மை, சலனம், நிச்சலனம், தெளிவு, தெளிவின்மை, கணநேரப்பிரக்ஞை, காலம், இடம், வெளி, தத்துவத் தேடல், புதிர் – என்று நுட்பமான இழைகளூடே இயங்கும் இவரது கவிதைகளை எடுத்து விளக்க – கவிதைகளில் இவர் சொல்ல முயன்றதைத் தேடித் தவிப்பதைவிட, மறுபடி மறுபடி பயின்று விடைதெரியா உணர்வொன்றை உணர முயற்சிப்பதே உத்தமம் என்று பல சமயம் எனக்குள் தோன்ற வைத்திருக்கின்றன. அபியின் இசை ஈடுபாடு அவரது கவிதைகளிலும் அங்கங்கு விரவிக் கிடக்கின்றது.

> உலாவ அழைத்துப் போகும்
> ஸ்வரங்களிடம்
> வார்த்தைகளைக் கேட்டுக்கொண்டு என்ன செய்கிறாய்

என்றும்,

> எப்போதும் நீ கேட்பது நாதமல்ல
> நாதத்தில் படியும் உன் நிழல்

என்றும் ஒரு கவிதையில் சொல்லும் அபி,

> ஊசி முனைப்புள்ளியில் இறங்கி
> நீடிப்பில் நிலைத்தது கமகம்

என்று கமகத்தை இன்னொரு கவிதையில் காட்சிப்படுத்துகிறார்.

> பகல் வெளியில்
> எங்கோ பறந்து போயிருந்த உறக்கம்
> இதோ
> படபடத்து விழிக்கூட்டுக்குத் திரும்புகிறது

என்று ஆரம்பிக்கும் ஒரு கவிதைக்குத் தலைப்பாக, தாலாட்டுக்குப் பயன்படும் நீலாம்பரி ராகத்தின் பெயரைச் சூட்டுகிறார். அவரது தேர்ந்த சங்கீத ரசனையின் படிமங்கள் கவிதையில் படிந்த சில இடங்கள் இவை.

தன்னோடு பேசுவதும் தன்னை முன்னிருத்திப் பலபல உருவெடுத்து விவாதிப்பதும் பகடி செய்வதும் அமைதிகொள்வதும் நிச்சலனத்தில் சலனங்களை எழுப்புவதும் உள்ளுக்குள் கொதிப்பைத் தகிக்கவிட்டுப் பார்வைக்கு அமைதியான ஒரு தோற்றத்தை நிறுத்தி வைப்பதும் புதுவிதப் புதிர்ப் பிராந்தியத்தை இயல்பாக சிருஷ்டிப்பதும் வாசகனின் அனுபவ வழியில் கவிதை களைக் கண்டுணரச் சில சாவிகளை மறைத்து வைப்பதும் ஒவ்வொரு சொல்லையும் தூக்கி எடுத்து, அதன் ஜிகினாத் துகள்களை உதறி, அர்த்தப் பிசுக்குகளைக் கழுவித் துடைத்து சுத்தமாக உருமாற்றிப் புழங்க விடுவதும் மொழியின் லயத்தையே ஆதார ஸ்ருதியாகக் கொண்டு பித்தான மனோநிலையில் வார்த்தைகளற்ற ராகத்தை ஆலாபிப்பதுமென – அபியின் கவிதை வெளி பிரத்தியேகமானது. எளிய சொற்களில் தமது தர்க்கத்தைத் தாமே உருவாக்கி, அது வளர்ந்து செல்வதை 'ஏற்பாடு', 'மாற்றல்', 'இருத்தல்' போன்ற கவிதைகளில் நாம் காணலாம். 'நான்' – 'நீ' என்று தன்னையே இரு கூறாகப் பிரித்துச் சில கவிதைகளில் உரையாடல் நிகழ்த்துகிறார். எதிரெதிர் துருவமாக இயங்கும் மன அமைப்புகொண்ட 'நான்' – 'நீ'–யை அவற்றில் பேசவிட்டு, மனிதனின் பிளவுண்ட தன்னிலைகளை (ஸ்பிளிட் பர்சனாலிட்டியை) வெளிக்கொண்டுவருகிறார். அல்லது அந்த உளவியல் உண்மையை ஒரு பாவனையாகக் காட்டிவிட்டு உளவியல் தாண்டிய வேறொரு தரிசன உலகத்திற்குள் நுழையப் பார்க்கிறார்.

தன் இருத்தலையே விதவிதமாகப் பார்க்கும் அபியின் கவிதை கள், தமிழுக்குப் புதியவை. என் பார்வையில் என் இருத்தல், என் பார்வையில் நான் இல்லாது இருத்தல். உங்கள் பார்வையில் என் இருத்தல், உங்கள் பார்வையில் என் இல்லாதிருத்தல், காணாமல் போன பிறகு இருத்தல், காணாமல் போனபிறகு இல்லாதிருத்தல் என்று மனித இருத்தலின் பல்வேறு கோணங்களைப் படம் பிடிக்கிறது அபியின் சில கவிதைகள்.

நாற்பதாண்டு காலக் கவிதை வாழ்வில் மூன்று கவிதைத் தொகுதிகள், பின் இதை எல்லாம் சேர்த்த, அத்துடன் 'மாலை' என்னும் புதிய தொகுப்பு உள்ளடங்கிய ஒரு முழுத்தொகுதி. எழுதியவை குறைவெனினும் தமிழ்க் கவிதைப் பரப்பில் இல்லாத தளங்களைத் தனது உக்கிரமான பரிசோதனைகளின் மூலம் தந்து தமிழுக்கு வளம் சேர்த்த அபி, ஐயந்திரிபறக் கற்பித்த தமிழாசிரியர். நண்பர்களுக்கு வயதுகளின் பேதம் துறந்த தோழன். சபைகளை விலக்கிவிட்டுச் சதா சாயைகளோடு பேசித் திரியும் பித்தன். மாலை, துண்டு, புகழ்மொழிகளின் லேசான தூவானத்திற்கே ஓடி ஒதுங்கி ஓரமாய் நின்று சிரிக்கும் துறவி.

தேர்ந்த கலைஞனுக்கேயுரிய அலைக்கழிப்பும் பரிதவிப்பும் சமன்குலைவுகளும் மனோஅவஸ்தைகளும் லௌகீக உபாதைகளும் இவருக்கு உண்டெனினும், அதையெல்லாம் மீறிப் பிறந்த ஒரு அபூர்வ ராகம் அபி.

புழக்கத்தில் இல்லாத ராகத்தை நாம் இழந்து விடுகிறோம். அதனால் ராகத்துக்கு நேர்வது எதுவுமில்லை. எல்லா வித்வான்களாலும் பாடப்படுவதில்லையெனினும் புதிர்ப்பிராந்திய எல்லைகளில் சுவாதீனமாய் வளர்ந்து வளர்ந்து, தன்னந்தனியே ஒரு நாதவனத்தை நிர்மாணம் செய்துகொள்ளும் வல்லமை சில அபூர்வ ராகங்களுக்கு உண்டு.

இன்னொரு கோணத்தில் சொன்னால், பல வீடுகளில் தலைச்சன்கள் தன்னையே கரைத்துக்கொண்டு இயங்கி, பிறரது உயர்வின் பெருமிதங்களில் சாந்திகொண்டு துலங்குகிறார்கள். அபியும் ஒரு தலைச்சன்தான். அவர் அரூபக் கவிமொழியின் தலைச்சன்.

'மாலை' என்று அந்திப் பொழுதைக் குறிக்கும் கவிதை வரிசை, இவரது கவிதைச் சித்து விளையாட்டின் உச்சபட்ச விஸ்தீரணங்களைக் காட்டக்கூடியதெனச் சொல்லலாம். மாலையைத் தனக்கான தனிப் பொழுதாகவே அடையாளம் காண்கிறார் அபி. பிரம்மாண்டமும் வியப்பும் காத்திருத்தலும், மௌடீகமும் துலங்கும் மாலை அது. இந்தப் பிரபஞ்சம் முழுவதும் யாருக்காக இப்படிக் காத்துக் கிடக்கிறது என்கிற கேள்வி கவியும் மாலை, அவர் காட்டும் மாலை. நாம் கண்டிராத மாலை. இந்த மாலை, ஒரு புதுவித முல்லைத் திணை. சங்கத் தமிழ்ப் பாடல்களில் தலைவி தலைவனுக்காகவோ தலைவன் தலைவிக்காகவோ காத்திருப்பார்கள். இங்கே கவிதைசொல்லியோ, தன் வரவுக்காகத் தானே காத்திருக்கிறான். எவ்வளவு வித்தியாசமான காத்திருப்பு இது! தன் சோகத்துக்கும் தத்துவத் தேடலுக்கும் மௌனத்துக்கும் தோதாக மாலையை உருமாற்றிவிடுகிறார் அபி. சில கவிதைகளில், பால்யத்தில் உறைந்த மாலையின் நினைவுகளில், நிகழின் சலனங்களைப் படியவிடுகிறார். உயிரற்ற மாலை அபியின் தீண்டலில் இயக்கம் கொள்கிறது.

> புரண்டு படுக்க இடமின்றி
> ஒற்றையடிப் பாதை சலிக்கிறது

என்கிறார் ஒரு மாலைக் கவிதையில்.

> சவுக்குத் தோப்புகள் வேறு கவனமின்றி
> வழிதெரியாத கூச்சல்களை
> நிர்வாகம் செய்து கொண்டிருந்தன

என்கிறார் இன்னொரு மாலைக் கவிதையில்.

மாலை விளையாட்டு முடிந்து அம்மாவிடம்
கதை கேட்கும் குழந்தைகளுக்கு
"ஏதேதோ அடுக்குகளில் இருந்து
ஏதேதோ அரூபங்கள்

பறந்து படிந்து மறையும்.

காலத்துள் நிகழ்ந்திராத காலம்
தகதகத்து
பிள்ளைகளின் கண்களில் இறங்கும்"

வெளியில் தெரியாத இயற்கையின் உள்ளியக்கங்களை இவர் படிமப்படுத்தும்போது, மானிடமும் இயற்கையும் ஒன்று கலந்த பரவச பிம்பங்கள் எழுகின்றன. மாலைக் கவிதைகளிலும் காலமும் வெளியும் ஒளியும் மௌனமும் விளையாடுகின்றன. அவை இருப்பது போலவும் இல்லாதது போலவும் கண்ணாமூச்சி ஆடுகின்றன.

ஜாக்ஸன் போலக்கின் 'ப்ளூபோல்' வரிசை ஓவியங்கள், பார்வைக்கு முள்படல்கள் ஒன்றன்மேல் ஒன்று அடுக்கப் பட்டிருப்பது போலத் தோற்றமளிக்கும். நிதானமான கவனிப்பில், ஒவ்வொரு படலுக்கிடையேயான தூரமும் இருப்பும் வெளியும் வெளிச்சமும் புலனாகும். அதுபோலவே, காலம், வெளி ஆகியவை இக்கவிதைகளில் இருப்பது போலவும் இல்லாதது போலவுமான மாய நிகழ்வினை நிகழ்த்திக்கொண்டே சொல்லியும் சொல்லாமலும் ஏதேதோ சொல்கின்றன. இவைகளை எல்லாம் எப்படி நாம் உள்வாங்குவது? காலமென்றும் வெளியென்றும் அண்டமென்றும் சூன்யமென்றும் புதிரென்றும் மௌனமென்றும் விரியும் இவரது கவிதை உலகை எப்படி நாம் புரிந்துகொள்வது? எவ்விதம்தான் அணுகுவது? இதுவரை நாம் கவிதையென்று படித்தவைகளையும் கவிதை குறித்த நம் முன் அனுமானங்களை யும், கருத்தாக்கச் சுமைகளையும் துறந்துவிட்டு கவிதையின் முன் நாம் ஒரு வகை அகநிர்வாணியாகப் போக வேண்டியிருக்கிறது. மதர்ப்புகளையெல்லாம் மறந்துவிட்டு இப்படி ரசிக்கத் துவங்கும் போது குழந்தையாக ஆகிவிடுகின்றன அபியின் கவிதைகள்.

குறுகுறு நடந்து சிறு கை நீட்டி
இட்டும் தொட்டும் கவ்வியும் துழந்தும் . . .   (புறம்–188)

மயக்கும் குழந்தை அது.

தீராநதி, ஏப்ரல் 2013

எல்லோர்க்குமாய் இசைபாடிய கலைஞன்

எனக்குச் செவ்வியல் இசையின் மேன்மை தெரியாத வயது அது. ஆனாலும் அந்தப் பதிமூன்று வயதில், இசையின் மீதும் பாடல்களின் மீதும் ஒரு ஈர்ப்பு உண்டு. வளர்ந்த சூழலில் அறியாமல் உள்ளே சேர்ந்த இசைக் கோவைகளால் வந்த ஈர்ப்பு அது. அந்த வயதில்தான், முதன் முதலாக சச்சிதானந்தம் சோமசுந்தரம் என்கிற மதுரை எஸ். சோமசுந்தரத்தின் கச்சேரியை நான் கேட்கத் துவங்கினேன். அதன் பிறகு எத்தனையோ முறைகள்.

அம்மாவுக்கும் கலைகளுக்கும் காத தூரம். அதற்குப் பல்வேறு காரணங்கள். ஆனால் திரைப்படப் பாடல்களை விரும்பிக் கேட்பார்கள். அதே பாடல்களைத் தம்பி தங்கைகளுக்காகத் தாலாட்டு என்ற பேரில் பாடுவார்கள். அப்பா ஒரு ரசிகன். இசையாகட்டும் நாட்டியமாகட்டும் நாடகமாகட்டும் சாப்பாடாகட்டும் எல்லாவற்றிலும் ஒரு தேர்ந்த ரசனை உண்டு. காரணகாரியங்களைக் கேட்டால் அவருக்குச் சொல்லத் தெரியாது. ரசனையான மனிதர்களின் பழக்கம், அவரை ரசனைக்குரிய மனிதராக ஆக்கியிருந்தது. இப்படி, வெவ்வேறு ரசிக பாவ இயல்புகள் கொண்ட வெவ்வேறு வயதுடைய நாங்கள் மூன்று பேரும் மதுரை சோமுவுக்கு ரசிகர்கள். இது எப்படி? அதுதான், சோமுவின் பாடல்கள் செய்த மாயம். சோமு கர்னாடக இசையைத் தனது பல்வேறு உத்திகளால் எல்லாத் தரப்பினருக்கும் கொண்டுபோய்ச் சேர்க்கவே முயன்றார். அவர்

திட்டமிட்டுச் செய்யவில்லை என்றாலும் அவரது செயல்கள் அப்படி அமைந்தன. கர்னாடக இசையைக் கடைக்கோடி மனிதனுக்கும் கொண்டு சேர்க்க முயன்ற ஜனங்களின் கலைஞன் அவர். தனது கச்சேரியையே ஒரு பல்சுவை விருந்து போல அவர் வடிவமைத்துக்கொள்வார்.

தொடக்கத்தில் தெலுங்கு, சமஸ்கிருதம், கன்னடம் போன்ற பல மொழிக் கீர்த்தனைகளைப் பாடுவார். பின்பு மெல்ல, ஆரபி, வராளி, ஸ்ரீராகம், போன்ற கன ராகங்களையும் காம்போதி, பைரவி, தோடி, கரகரப்ரியா, சங்கராபரணம் போன்ற கச்சேரிகளுக்கே உரிய சில சம்பிரதாயமான ராகங்களையும் ஆத்மார்த்தமாக அனுபவித்து விஸ்தாரமாகப் பாடுவார். அவர் உலகில் அப்போது அந்த ராகம் தவிர வேறெதுவும் இருக்காது. கற்பனையும் உணர்ச்சியும் உண்மையும் ததும்ப, சங்கீதத்தின் விதவிதமான நுட்பங்களாலான கதம்ப மாலைகளைக் கோத்துக் கோத்து அவர் சபையை நோக்கி வீசியபடியே இருப்பார். ராகங்களை அவர் கையாள்கையில் நடு இரவில் வர்ணங்கள் ஜொலிக்க உதிரும் உயர்தர வானவேடிக்கையைப் பார்க்கும் உணர்வையே அது நம்முள் சரிக்கும்.

தோடியை அவர் பாடும்போது, திருவாடுதுறை டி.என். ராஜரத்தினம் பிள்ளை பற்றியும் அவர் அந்த ராகத்தைக் கையாண்ட விதம் பற்றிய குறிப்புகளையும் சொல்வார். அதன் சங்கதிகளை விதந்தோதிப் பாடிக்காட்டுவார். அது போலவே மோகனம் பாடுகையில், மகாராஜபுரம் மோகனம் விஸ்வநாதய்யரை நினைவுகூர்வார். தனது குருநாதர் சித்தூர் சுப்ரமணிய பிள்ளை ராகம் பாடும் விதம் பற்றிப் பேசிப் பாடிக் காண்பிப்பார்.

அது மட்டுமல்லாமல், அந்தக் காலத்தில் கேட்க அரிதான காழியன், சந்திரமௌலி போன்ற ராகங்களைப் பாடுவார். பலரும் கேட்டிராத அந்த ராகங்கள், இசை ரசிகர்களுக்கான புது விஷயமாக மாறும். அதன் பின் சீர்காழி மூவர், ஊத்துக்காடு, வள்ளலார், பாரதியார் ஆகியோர் பாடல்களோடு, தனது சொந்த சாகித்தியங்களையும் சேர்த்துப் பாடி முடிப்பார். இசையில் ஆழமான அறிமுகம் இல்லாதவர்களுக்குமான பாடல்களும் அதில் இருக்கும். சுவாமிமலை அவர் சொந்த ஊராகையால், முருகன் பாடல்களும் அவர் வளர்ந்த ஊர் மதுரையாகையால், மீனாட்சியம்மன் பாடல்களும் அவரது மாமனார் ஊர் திருக்கருகாவூர் ஆகையால், அந்த ஊரின் தெய்வமான கர்ப்பரட்சாம்பிகை பற்றியப் பாடலும் இல்லாமல் அவர் கச்சேரி முடியாது.

நாதஸ்வர வழியில் மூன்று ஸ்தாயியிலும் பிர்கா அடித்துப் பாடும் திறமை பெற்றவர் சோமு. நாதஸ்வர வழியில் பாடுவதுதான் தனக்குப் பிடிக்குமென அவரே குறிப்பிட்டுச் சொல்லியிருந்தாலும்கூடச் சில சமயங்களில் பிஸ்மில்லா கானின் ஷெனாய் வழியிலும் சில வேளை படேகுலாம் அலி கான், பர்வீன் சுல்தானா, போன்றவர்கள் கையாளும் அபூர்வ பிடிகளோடு அமீர் கல்யாணி, தேஷ், திலங் போன்ற ஹிந்துஸ்தானி ராகங்களையும் அவர் கச்சேரியில் பாடுவார்.

அந்தக் காலத்தில் ஃபுல்பெஞ்ச் கச்சேரி என்று அழைக்கப் பட்ட வயலின், மிருதங்கம், கடம், கஞ்சிரா, மோர்சிங், கொன்னக்கோல் என்ற சகல பக்க வாத்தியங்களும் சூழ, நடு நாயகமாய் அமர்ந்திருப்பார் சோமு. அவருக்கு அபாரமான லய ஞானம் உண்டு. மன்னார்குடி கொன்னக்கோல் வித்வான் வைத்தியலிங்கம் பிள்ளை லய சொல்கட்டுகளைச் சொல்லச் சொல்லக் கேட்டு வாங்கி, இவர் பதிலுக்கு எதிர்ச்சொல் சொல்ல ஆரம்பிப்பார். அவரும் உக்ரமாகச் சொல்ல ஆரம்பிக்க, ஹரிபிரசாத் சௌரஸ்யா போல, இளமையில் மல்யுத்தம் பயின்ற சோமு, இப்போது தாளத்தில் அவரோடு மல்யுத்தம் செய்வதுபோல இருக்கும். இது பார்வையாளர்களுக்குக் காட்சி யாகவும் லயமாகவும் பெரிய சுவாரஸ்யத்தை ஏற்படுத்தும். மாயவரம் கஞ்சிரா சோமுவிடமும், மற்றும் மிருதங்கம், கடம், மோர்சிங் கலைஞர்களோடும் இப்படித் தாளம் போட்டு லயக் கணக்கு வழக்குகளிலும் தன்னை ஈடுபடுத்திக்கொள்வார். அந்த அளவு லயத்தில் ஈடுபாடு இருந்ததாலோ என்னவோ, அவர் வீட்டு விசேஷங்களுக்கு லய மேதை நாதஸ்வர வித்வான் திருமெய்ஞானம் நடராஜசுந்தரம் பிள்ளை போன்றவர்களையே அவர் கச்சேரிக்கு அழைத்திருக்கிறார்.

உருவம் குள்ளமாக இருந்தாலும் அவர் மல்யுத்தம் பயின்றிருந்ததால், அவர் உடல் ஒரு உருளைக் கட்டைபோல வலுவாக இருக்கும். சோமுவிடம் வெளிப்பட்ட உடல் மொழி அனாயசமானது. தனித்துவமானது. கமகங்கள் உருள்கையில் அதை நமக்கு உணர்த்த, அவர் கைகள் வேகமாக உருளும். மேல் ஸ்தாயிக்குப் போகையில், கையைத் தலைக்கு மேலே உயர்த்திக் கொண்டு போய் நிறுத்துவார். மத்திம ஸ்தாயிக்கு வரும்போது, அவரது கைகள் மார்புக்கு நடுஎதிரில் நிலைத்து, அசைந்து அசைந்து திளைக்கும். மந்திர ஸ்தாயிக்குச் செல்கையில், கை இன்னும் கீழே தாழ் நிலைக்குச் சென்று அசையும். அப்போது, ஆஞ் என்று மூச்சை இழுத்துப் பிடித்தபடி, சன்னமாக அந்தக் குரல் இயங்கும் விதத்தை அவர் முகத்திலிருந்தும் நாம் உணர முடியும். ஒரு வகையில், பாடுவதை அவர் காட்சிபூர்வமாகவும்

நிலை நிறுத்த முயன்றுகொண்டே இருப்பதாகத் தோன்றும். ராகங்களை மேல் கீழ் என ஏற்றி இறக்கிப் பாடும்போது, அதன் ரூபம் காண்பிக்க தன் அங்க அசைவுகளால் உரு கொடுக்கிறாரோ என்றுதான் நமக்குப் படும்.

கண் செருகி, மனம் முழுமையாக ஈடுபட்டுப் பாடும் நிலையைப் பற்றிக் கேட்கும்போது, அப்படியான ஒரு கிறங்கிய நிலையில் இருப்பதைப் பெரும் ஆன்மிக அனுபூதி என்று பொதுவாகச் சொல்லிவிடுகிறார்கள். விவரிக்க இயலாத ஆன்மிக அனுபூதி என்பது ஒரு சிலருக்குத்தான் கிடைக்கும் என்கிறார்கள். ஒருவர் பாடுவதைக் கேட்டு நாமாகவே அனுபூதி என்றும் ஆத்ம லயம் என்றும் சொல்லலாம். ஆனால் யாருக்கு என்ன கிடைக்கிறது என்பது யாருக்குத் தெரியும்?

சோமுவுக்கு இதைப் பற்றியெல்லாம் எந்தக் கவலையும் இல்லை. பாடும் க்ஷணத்தில் அவர் என்ன உணர்கிறாரோ அதை அப்படியே குரலில், பாடும் ஏற்ற இறக்கத்தில், உடல் அசைவில், முகபாவத்தில் என எல்லாவற்றிலுமாய் வெளிப்படுத்துவார்.

சில சமயம் பாடும்போதே கரைந்து அழுவார். பாடும்பொழுது, இடது வலதாய் உடல் முழுவதையும் சுற்றிச் சுற்றி அசைத்து இயக்குவதால், வியர்வை பெருகி வழிந்து, பல சமயங்களில் அவர் ஜிப்பா நனைந்திருக்கும். தனது துண்டால் முகத்தை, கைகளை, கழுத்தைத் துடைத்துக்கொள்வார். சோமுவின் குரல் மட்டுமல்ல, அவரது உடல் மொழியும் இசையின் ருசியை ரசிகனுக்கு உணர்த்துவதில் பங்காற்றியது.

பெரும்பாலும் சாதாரண ரசிகர்களை மையமாக வைத்து ஜனரஞ்சகமாகப் பாடுவதால், அவர் மேதமை ஒரு போதும் குறைந்த தில்லை. அதுவும் கச்சேரிகளுக்கு நடுவில் சில நிமிஷங்கள் பட்டுத் தெறித்து மறையும். தன் சககலைஞர்களிடமும் முன்னோடிக் கலைஞர்களோடும் அவர் இசை பற்றிப் பேசும்போதும் பாடும் போதும் அது வெளிப்பட்டிருக்கிறது. கும்பகோணம் வந்தால் வயலின் மேதை பிடில் ராஜமாணிக்கம் பிள்ளை போன்ற மூத்த கலைஞர்களிடம் அவர் பேசும்போது, அதைத் துலக்கமாய் உணர முடியும் என்கிறார்கள் அந்த உரையாடலை நேரில் கேட்டவர்கள்.

சங்கீத ஞானமே இல்லாத ஒருவனைக்கூட, தன் பாடலால் தலையசைக்க வைத்துவிடுகிற சோமு, தன் கச்சேரிக்குள் சுவாரஸ்யத்தை ஏற்படுத்த சமயா சந்தர்பத்திற்கேற்ப பல உத்தி களைக் கையாள்வார்.

கல்யாண வீட்டுக் கச்சேரியில் மாப்பிள்ளை பெண் பெயர்களை இணைத்துப் பாடி, அவர்களையும் கல்யாண வீட்டினரையும் சந்தோஷப்படுத்துவார். கச்சேரிக்கு வந்த புலவர்கள் எழுதிக்கொடுக்கும் ஒரு சில பாடல்களில் சிலவற்றை எடுத்துக்கொண்டு ராகம் அமைத்துப் பாடுவார். கும்பாபிஷேகக் கச்சேரி என்றால் குறிப்பிட்ட கோவிலைப் பற்றிய பாடலைப் பாடுவார். பொதுவான கச்சேரிகளுக்கு வருகிற முக்கியப் பிரமுகர்கள், கச்சேரி ஏற்பாடு செய்தவர்கள் போன்றவர்களை, பாடிக்கொண்டிருக்கும் ராகத்திலேயே அவர்களது பெயரைச் சொல்லிக் கூப்பிட்டு வணங்கி, வாங்க, இப்படி வந்து உக்காருங்க, என்பார்.

சுவாமிமலையில் அவரது கச்சேரி நடக்கும்போது அவரது பால்ய கால நண்பர் நாராயணசாமி கொத்தனார் கச்சேரி நடுவில் எழுந்து கிளம்புகிறார். “ஏ... நாராயணசாமி எங்க கிளம்பிட்ட இரு, உன்னை பாக்கும்போது நாம சின்ன புள்ளைல பன்னி அடிச்சி விளையாண்டமே அதெல்லாம் ஞாபகம் வருது” என்று சொல்லிவிட்டு பாட்டைத் தொடருகிறார். அம்மாஞ்சி குருக்கள், பட்டுக் குருக்கள், கன்னுக் குருக்கள், போன்றவர்கள் அவரது பால்ய கால நண்பர்கள். “அம்மாஞ்சி, இப்படி முன்னாடி வந்து உக்காரு” என்று கச்சேரிக்கு நடுவில் கூப்பிடுவார். கச்சேரிக்கு இடைல இதல்லாமென்ன அபச்சாரம் என்றெல்லாம் பேசப்பட்டதை அவர் பொருட்படுத்தியதில்லை. ஒரு குழந்தையோடு விளையாடுவதைப் போல இசையோடு அவர் சில சமயம் விளையாடினார். அதற்கான மேதைமையும் குழந்தைமையும் ஒருசேர அவரிடம் இருந்தன.

கச்சேரி முடியப் போகிறது என்று நாம் நினைக்கும் வண்ணம் பாடிக்கொண்டிருப்பார். முடியப்போகிறது என்று நினைத்தால் பிறகு திரும்பவும் விட்ட இடத்திலிருந்தே மறுபடி தொடருவார். ஏதோ ஒரு விதத்தில் பார்வையாளர்களை அவர் கச்சேரிக்குள்ளே சுழற்றிச் சுழற்றி இழுத்தபடியே இருப்பார். அவரைப் போல ஆறு மணிநேரக் கச்சேரிகள் செய்ய இன்று ஆளே இல்லை என்றே சொல்லிவிடலாம். அப்படி நேரக் கணக்கு பாராமல் பாடியதால், எவ்வளவு பணம் கொடுத்தாலும் குறைவாகக் கொடுத்திருக்கிறோம் என்ற உணர்வையே கச்சேரி ஏற்பாடு செய்தவர்களுக்கு ஏற்படுத்திவிடுவார் சோமு.

தான் கேட்டு வளர்ந்த, அதே சமயம் சம காலத்துக் கலைஞர்களாகவுமிருந்த அரியக்குடி, செம்மங்குடி, ஜி.என்.பி., மதுரை மணி அய்யர், பாலமுரளி கிருஷ்ணா, எம்.எஸ். சுப்புலக்ஷ்மி, டி.கே. பட்டம்மாள், எம்.எல். வசந்தகுமாரி போன்றோருக்கு

இல்லாத அடித்தட்டு ரசிகர்களை இதுபோன்ற விஷயங்களும் உத்திகளுமே அவருக்குப் பெற்றுத்தந்தன.

சுவாமிமலை முருகன் சந்நிதியில் நின்றவாறு தன் நண்பரான அம்மாஞ்சி குருக்களைப் பார்த்து, “அம்மாஞ்சி நீ பாடு” என்று சொல்லி, வள்ளலாளரின் ‘ஒருமையுடன் நினது திருமலரடி நினைக்கின்ற உத்தமர்தம் உறவு வேண்டும்’ பாடலை யும் சுவாமிமலை முருகன் மீது இயற்றப்படட்ட ஷண்முக மணிமாலைப் பாடல்களையும் பாடச் சொல்லிக் கேட்பார். சில வேளைகளில் அவரும் சேர்ந்து பாடுவார்.

அவர் இசை வேளாளர் சமூகத்தில் பிறந்திருந்தாலும் தன் திறமையாலும் அன்பாலும் குணத்தாலும் சகல சமூகத்தினருக்கும் பிரியமான கலைஞனாகவே வாழ்ந்தார்.

மூத்த சக கலைஞர்களுடன் நட்புப் பாராட்டியது மட்டுமின்றி தனக்கு வாசிக்கும் கலைஞர்களிடமும் உரிமையான அன்பு கலந்த நட்புணர்வையே அவர் கொண்டிருந்தார். கச்சேரிகளில் அவர்களுக்கெதிரான சிறு பார்வையைக்கூடச் சோமு செலுத்திப் பார்த்ததில்லை என்கிறார் அவரது தூரத்து உறவினரான தேனுகா. ஆனால் அவர்கள் வாசிக்கும்போது அதைக் கேட்டு மகிழ்ந்து சிறுபிள்ளையைப் போல கைதட்டிக் கொண்டாடுவார். பலே, பலே, சபாஷ், அடடா, ஹய்யோ என்று விதவிதமாய்ப் பாராட்டி அவர்களை உற்சாகப்படுத்துவார். அவர்களுக்குக் கணிசமான நேரம் ஒதுக்கி அவர்கள் திறமையைக் காட்டத் தனி ஆவர்த்தன சந்தர்பங்களைச் சந்தோஷமாக ஒதுக்கித் தருவார். ஒரு முறை அவரது பக்கவாத்தியக்காரர் வயலின் கணேசனை “கணேசா கொஞ்ச நேரத்தில என்னையே வேட்டு வுட்டுட்டியேப்பா” என்று சொல்லிச் சிரித்து, எல்லோரையும் சிரிக்க வைத்தார். பின் பாட்டு பாடும் அவரது சிஷ்யர் கழுகு மலை கந்தசாமியைத் திடீரென “நீ பாடு” என்பார். “எங்கயோ போறான். போ போ நடக்கட்டும் போ போ” என்று உற்சாகப்படுத்துவார். தன் திறமை மீது அவருக்கிருந்த அசாத்திய நம்பிக்கையால் பிற திறமையாளர்களை அவர் தனக்கு மேலானவர்களாகவே பாராட்டி குதூகலப்படுத்திக்கொண்டிருந்தார்.

சோமுவின் புகழ் பட்டி தொட்டி எங்கும் பிரபலமாகக் காரணமாக அமைந்தது ‘தேவரின் தெய்வம்’ படத்தில் வந்த தர்பாரி கானடா ராகத்தில் அமைந்த ‘மருதமலை மாமணியே’ பாடல்தான். பல பாடல்களைப் பாடி ஒரு பாடகர் அடையும் பெரும் புகழை, அந்த ஒரே பாடலில் பெற்றார் அவர். ஒரு காலத்தில் அவரிடம் பக்க வாத்தியம் வாசித்துப் பின்னாளில் புகழ்பெற்ற குன்னகுடி வைத்தியநாதன் இசை அமைப்பில்

வெளிவந்த பாடல் அது. அவரைப் போலவே, லால்குடி ஜெயராமன், எம்.எஸ். கோபாலகிருஷ்ணண், சந்திரசேகரன், பாலக்காடு ரகு, போன்ற மிகச் சிறந்த கலைஞர்கள் இவருக்குப் பக்க வாத்தியம் வாசித்துள்ளனர். தெய்வம் படத்திற்கு முன்பே இவர் சம்பூர்ண ராமாயணம் படத்திற்குப் பாடல்களைப் பாட கே.வி. மகாதேவனால் தேர்வு செய்யப்பட்டு, பின் மைக்கிற்கு ஏற்ற குரல்வாகில்லை என்று நிராகரிக்கப்படவர் சோமு. இளமையில் அவருடைய குரல் அவ்வளவு இனிமையாக இல்லை என்று அவரது நண்பர்கள் கூறினாலும், பின்னாளில் அந்தக் குரலை வைத்துக்கொண்டே தனது அபாரமான திறமையால், மனம் தளராத தொடர்ந்த பயிற்சியால் அப்பியாசத்தால், சகலரையும் அசர அடித்தவர் சோமு. 'மாடு மேய்க்கும் கண்ணா' என்ற தேஷ் ராகத்தில் அமைந்த ஒரு பாடலையும் அவர் 'மருதமலை மாமணி' பாடலுக்கு முன்பே திரைப்படத்தில் பாடியுள்ளதை அவரே சொல்லியிருக்கிறார். அவருக்குப் பத்மஸ்ரீ பட்டம் வழங்கப்பட்டபோது, அவரது சொந்த ஊரான சுவாமிமலையில், நாதஸ்வரம் சுவாமிநாதன், நாதஸ்வரம் பி.வி.–காளிதாஸ் ஆகிய இருவரது ஏற்பாட்டில், அவருக்குப் பாராட்டு விழா நடந்திருக்கிறது. அன்று யானை ஊர்வலம், பூரண கும்ப வரவேற்பு, நாதஸ்வர மேளதாள முழக்கம் என, அந்த ஊரே அன்று அவரைக் கொண்டாடியிருக்கிறது. ராமலிங்க சுவாமிகளின் மாணவரின் மாணவரான சுவாமிமலை அருட்பா சீனிவாசம் பிள்ளையே இவரது இளமைக்கால இசை குரு. சாலைகளில் நடந்து சென்றவாறே வள்ளலார் பாடல்களைப் பாடி, எங்கும் பரப்பிய அவரது படத்தை, அந்த விழாவின்போது திறந்து வைத்து, அற்புதமான தன் தமிழ்ப் பாடல்களால் சபையை மணிக்கணக்கில் கட்டி வைத்திருந்திருக்கிறார் சோமு. அந்த அபாரமான இசைக் கோவைகளால் பார்வையாளர்கள் சிலிர்த்துக் கிடந்திருக்கிறார்கள். அவரும் உணர்ச்சிப் பெருக்கில் இருந்திருக்கிறார். அந்த நாளில் அங்கு வந்த பெரியவர்களோடு மட்டுமல்லாமல், சிறு குழந்தை களோடும் அவர் பேசிக்கொண்டிருந்திருக்கிறார். ஒரு பெண் குழந்தையைப் பார்த்துக் கேட்டிருக்கிறார்: "நான் சினிமாவுல பாடின 'மருதமலை மாமணியே' பாட்ட கேட்ருக்கியாம்மா நீ?" அது கூச்சமாக தகப்பனின் கால்களைப் பிடித்தபடி வெட்கப் பட்டுக்கொண்டு நின்றதாம். தேர்ந்த கலைஞர்களும் ஒரு வகையில் குழந்தையாகத்தானே இருக்கிறார்கள்.

***அம்ருதா,* அக்டோபர் 2012**

சாந்தம் தந்த குரல்

கல்லூரிப் பருவத்தில் என் அடங்காத் தனங்களுக்காக எனது தந்தையாரால் அடித்துத் துவைக்கப்பட்டு ஒரு அறையில் இருபது நாள் பூட்டப் பட்டிருந்தேன். அதில் அவருக்கான நியாயங்களும் இருக்கத்தான் செய்தன.

அந்த அறையில் எனக்குப் புத்தகம் படிக்கவும் வானொலி கேட்கவும் அனுமதியிருந்தது. அப்போது அதிக நேரம் திரைப்படப் பாடல்களைக் கேட்க, சிலோன் ரேடியோவை விட்டால் வேறு கதி இல்லை. பாடல்கள் கேட்ட நேரம் போக புத்தகங்கள் வாசித்த படி இருந்தேன்.

பி.பி. சீனுவாஸின் 'மயக்கமா, கலக்கமா' பாடலை அதற்கு முன் பல தடவை அநிச்சையாய் நான் கேட்டிருக்கிறேன். அடைபட்டிருந்த அறையில் ஐந்து நாள் கழித்து அந்தப் பாடலைக் கேட்டதும் என் கண்களிலிருந்து கரகரவெனக் கண்ணீர் வழிந்தது.

எல்லோரும் குறிப்பிடுவது போல, என்னை பாதித்தது அந்த வரிகள் மட்டுமல்ல. பி.பி.எஸ்.ஸின் குரல். அது தந்த ஸ்தூலமான ஸ்பரிஸ ஆறுதல். அதுதான் அப்படி என்னைக் கண்ணீர்விட வைத்திருக்கிறதென்று இப்போது தோன்றுகிறது.

எந்த மெட்டுக்கும் குரல் ஒரு வண்ணம் சேர்க்கும். தன் தனித்த குரலின் ஆளுமை வழியே சாந்தமெனும் வண்ணம் குழைத்த சித்திரங்களை அவர் நமக்கு வரைந்து வரைந்து தந்தவண்ண மிருந்திருக்கிறார். அவர் காலத்திலும் அது புதிதாகவே

காணப்பட்டதால், அந்தக் குரலைக் கேட்ட காதுகள் அவரைக் கொண்டாடத் துவங்கின.

பொதுவாக, திரை இசையில் கம்பீரமான உச்சஸ்தாயில் ஒலிப்பதே சிறந்த குரல் என்றொரு கருத்து இருந்த வேளையில், உணர்வின் பல்வேறு ரூபங்களைப் பல தளங்களிலும் பாடி பிரமிக்க வைத்தவர் முகமது ரஃபி. இப்படியெல்லாம் ஒரு குரலைக் கையாள முடியுமா என்று நம்மை வியக்க வைத்து, அதைத் தென்னிந்தியாவில் நிகழ்த்திக் காட்டியவர் பிரதிவாதி பயங்கரம் சீனுவாசன் என்கிற பி.பி. சீனுவாஸ்.

தமிழ் திரைப்படப் பாடகர்களின் குரல்கள் சில வகைப் பட்டன. டி.எம். சௌந்தரராஜன், சீர்காழி கோவிந்தராஜன், சி.எஸ். ஜெயராமன், திருச்சி லோகநாதன், மலேஷியா வாசுதேவன் போன்று கம்பீரமாக மணி போல ஒலிக்கும் குரல்கள் அவற்றில் பிரதான வகை.

மென்மையும் நளினமும் கலந்த காந்தக் குரல் இன்னொரு வகை.

அதில் கண்டசாலா, ஏ.எம். ராஜா, எஸ்.பி.பி., யேசுதாஸ் போன்றவர்களைச் சேர்க்கலாம்.

தியாகராஜ பாகவதர், எஸ்.ஏ. கிருஷ்ணன், தாராபுரம் சுந்தர்ராஜன் போன்றவர்களது குரல்கள் இந்த இரண்டிலும் சேராத ஒரு தனித்த வகைமையில் வருபவை.

இதில் நடுவகையைச் சார்ந்தது பி.பி.எஸ்.ஸின் குரல். அதற்குள்ளும் ஒரு புதுவித பாடும் ஆளுமையை உருவாக்கிக் கொண்டு, தன் ஸ்தானத்தை ஸ்திரப்படுத்திக் கொண்ட சாரீரம் அது. அவரது குரலை பேஸ் வாய்ஸ் என்றே தவறாகக் குறிப்பிடு கிறார்கள். அது பேஸ் வாய்ஸ் அல்ல. அதன் லட்சணங்கள் வேறு. அது தேன் போன்றதொரு தின் வாய்ஸ். எந்தச் சங்கதியையும் இடரின்றி ஆற்றொழுக்காகப் பாடுகிற அன்றலர்ந்த மலர்க் குரல். ஏமாற்றமளிக்காத உண்மைக் குரல். அது கம்பீர திராவிடக் குரல் வகைப்பாட்டைச் சேர்ந்ததில்லையென்றாலும் சன்ன இழை களால் வசீகரிக்கும் ஆகர்ஷணம் கொண்டது.

கேட்கும்போது சாதாரணமாக ஒலித்து, எளிய தோற்றம் தரும் பாடலிலும் அவர் செய்த நுட்பமான விவரங்கள் ஒளிந்துகிடக்கும். 'காலங்களில் அவள் வசந்தம்' என்ற பாடல் யாரும் எளிதில் பாடிவிட முடியும் என்று எண்ணுகிற பாடல்தான். அதை நாமும் பாடிப் பதிவு செய்து அதனோடு ஒப்பிட்டுக் கேட்டால் ஒழிய அதன் நுண்ணிய நகாசு வேலைகள் புரியாது. 'பறவைகளில் அவள் மணிப்புறா' என்ற ஒற்றை வரியில் வரும் அந்தப் புறா,

ஒரு போதும் நம் தோளில் வந்து அமர்ந்துவிடாது. அங்குக் கமகங்களோ பிர்காவோ இல்லை. அங்குப் பிரசன்னமாவது ஒரு சிறு சங்கதிதான். ஆனால் அதைத் தோன்ற வைப்பது அவருக்கு மட்டுமே எளியதாக இருந்தது. அதைப் போலவே எம்.பி. சீனுவாஸ் இசையில் பாதை தெரியுது பார் படத்தில் 'தென்னங்கீற்று ஊஞ்சலிலே' என்ற எளிய தோற்றமளிக்கும் பாடல். அந்தப் பாடலை நான் ரசித்து ரசித்துக் குதூகலித்து ஜெயகாந்தனின் ஆவணப்படத்தில் பயன்படுத்தினேன்.

சென்னைக்கு நான் வந்து சேர்ந்த தொண்ணூறுகளிலிருந்து அவரை டிரைவ் இன் உட்லண்ட்ஸ் ஓட்டலில் பார்ப்பேன். உள்ளே நுழைந்ததும் வலது பக்கம் இரண்டாம் மேசையின் மேற்கு பார்த்த இரண்டாவது நாற்காலியிலேயே பெரும்பாலும் அவர் அமர்ந்திருப்பதைக் கவனித்திருக்கிறேன். வந்ததும் தண்ணீர் குடிப்பார். பின் ஒரு சிறிய ஆசுவாசம். தன் ரெக்ஸின் பேக், நோட்டு புத்தகங்கள், மற்றும் டைரிகளைச் சரிசெய்வார். பிறகு பேனா எடுத்துக் கவிதை எழுத ஆரம்பிப்பார். அவரது ஆரம்ப காலப் புகைப்படங்களில் நான் பார்த்திருந்த நீட்டுவாக்கு எம்.ஜி.ஆர். குல்லா அப்போது அவர் தலையில் இல்லை. கன்னடக்காரர்கள் அணிவதுபோல, டர்பன் போன்றதொரு பட்டு ஜரிகைக் குல்லா அணிந்திருப்பார். அவர் கண்களைப் பெரிதாக்கிக் காட்டும் முட்டைக் கண்ணாடி. நீண்ட ஒற்றைத் திருசூர்ணம். எதையோ யோசிக்கும் பாவனையான முகம். ஒரு நீண்ட கலர் ஜரிகை வஸ்திரம் எப்போது வேண்டுமானாலும் விழும் அபாயத்தில் தோளில் தொங்கியபடி இருக்கும். கை நிறைய நோட்டுப் புத்தகங்கள். சட்டைப் பை நிறைய வண்ண வண்ணப் பேனாக்கள். சற்று நேரத்தில் பூனைகள் ஒன்றிரண்டாய் மெல்லிய சப்தமிட்டவாறு அவர் காலடியில் வந்து சேரும். அவர் அவற்றிற்குப் பால் ஊற்றுவார். பெரும்பாலும் தனியேதான் அமர்ந்திருப்பார். தனிமையை ஒரு நோன்பென நோற்பவர் போலவே தோன்றும். மூன்று தடவை அவரோடு பேசியிருக்கிறேன். ஒரு முறை அவர் தன் கவிதைகளில் ஒன்றை வாசித்துக் காண்பித்தார். டிரைவ் இன் உட்லண்ட்ஸ் காலி செய்யப்பட இருந்த சேதி கேள்விப்பட்டதுமே பாவம், பி.பி.எஸ். இனி எங்கே போவார் என்ற எண்ணம்தான் எனக்கு முதலில் ஏற்பட்டது. அப்படி ஒரு பந்தம் அவருக்கும் அந்த இடத்துக்கும் இருப்பதை நான் உணர்ந்திருக்கிறேன்.

பல கலைஞர்களின் விசேஷ ஸ்தலமாகவும் அது இருந்தது. ஒரு காப்பி குடித்துவிட்டு ரெண்டு மணி நேரம்கூட அங்கு அமர்ந்திருக்கலாம். பார்க்கிங் பிரச்சனை இல்லை. அதிகமான விலை ஏதும் இருக்காது. இன்னும் சில சில அனுகூலங்கள்.

எல்லாவற்றையும் மீறி மாநகரின் பெரும் சந்தடி நிறைந்த பேரிரைச்சலுக்கு மத்தியில் சிறு வனம் போன்ற யௌவனம் யாரையும் மறுபடி மறுபடி வசீகரித்து அழைக்கக்கூடியது.

பி.பி.எஸ்.ஸுக்கு அந்த இழப்பு பெரும் பாதிப்பாய் இருந்திருக்கிறது. 'இனி நான் எங்கே போவேன்' என்று தன் நண்பர்களிடம் புலம்பியிருக்கிறார். கிட்டத்தட்ட இருபது ஆண்டுகளுக்கும் மேலாய் பெரும்பாலும் மதியம் இரண்டு மணிக்கு வந்து இருட்டத் துவங்கியதும் கிளம்பிப்போவார் என்று டிரைவின் உட்லண்ட்ஸ் சர்வர்கள் சொல்ல நான் கேட்டதுண்டு. இந்த இடப் பிரிவின் வலியை ஆற்றிக்கொள்ள அதே உட்லண்சின் மயிலாப்பூர் கிளைக்கு அவர் செல்ல ஆரம்பித்தார்.

அவுருக்குத் தாய் மொழி தெலுங்கு. ஹிந்தி உட்பட எட்டு மொழிகளில் அவர் பாடியிருந்தாலும் அவர் முதலில் புகழ் பெற்றது கன்னடத்தில். அவர் முதல் முதலாகத் தமிழில் பாடிய பாடலே அவர் வசம் இல்லாமல் இருந்தபோது, என் நண்பர் அலிகான் தான் அவருக்கு அதைப் பதிவு செய்துதந்து உதவியிருக்கிறார். 1953இல் வெளியான டப்பிங் படமான 'ஜாதகம்' என்ற படத்தில் இடம்பெற்ற 'சிந்தனை ஏன் செல்வமே' என்ற பாடலே அவர் தமிழில் பாடிய முதல் பாடல்.

கஜல் பாடல்களை எழுதி கம்போஸ் செய்து, ஓ.எஸ். அருணை அதில் பாடவைத்து 15.8.1999இல் 'முதல் பார்வையில்' என்ற தமிழின் முதல் கஜல் இசைத் தொகுப்பை வெளியிட்டவரும் அவரே. ஹிந்துஸ்தானி சங்கீதத்திலும் அவருக்கு அளவற்ற ஈடுபாடு இருந்தது. பாகேஸ்ரீ ராகேஸ்ரீ இரண்டும் கலந்த மால்குஞ்ச் ராகத்தில் அவர் பாடிய 'நிலவே என்னிடம் நெருங்காதே' பாடலும் 'மௌனமே பார்வையால் ஒரு பாட்டு பாட வேண்டும்' என்ற திலக்காமோட் ராகத்தில் அமைந்த பாடலும் அவரது ஹிந்துஸ்தானி ஞானத்தை வெளிப்படுத்தக்கூடிவை.

'நிலவே என்னிடம் நெருங்காதே' பாடலைப் போன்றே ராஜ்குமாருக்காக 'நானே தாயி நானே தந்தே', 'ஹாடுந்த ஹாடுவே' எனத் துவங்கும் கன்னடப் பாடல்களில் அவர் குரல் வழித் ததும்பும் சோக ரஸத்தின் வித வித பரிணாமங்களைக் கேட்க முடியும். பி.பி.எஸ்ஸை மேம்போக்காகக் கேட்கிற ஒருவரால் அவர் தன் குரலின் வழி நிகழ்த்தியிருக்கும் உள் மடிப்பின் ரகசியங்களை எளிதில் உணர முடியாது.

'பொன் ஒன்று கண்டேன் பெண் அங்கு இல்லை' பாடலில் 'துள்ளி வரும் வெள்ளி நிலா' என்ற வரியில் தரும் கார்வையில் டி.எம்.எஸ்ஸை அவர் அனாயாசமாகக் கடந்து போவார். அந்தச்

சிறு இடத்தில் அவர் காட்டியிருக்கும் விவர ஞானம் அபாரமானது. எவ்வளவு பெரிய சபையிலும் அடக்கமான தொனியில் ஆனால், அதே சமயம் ஆழமாய் தன்னை வெளிபடுத்தி ஈர்த்துக் கொள்ளும் வல்லமை கொண்டது அவரது உணர்ச்சி ததும்பும் வெளிப்பாடு. கர்ணன் படத்தில் வரும் 'என்ன கொடுப்பான் எவை கொடுப்பான்' என்ற அவர் குரல் அத்தனை உச்சஸ்தாயி பாடகர்களுக்கு மத்தியிலும் மென்மையான பாவத்தில் ஒலித்துத் தனியாகக் கேட்கும். தாளக்கணக்கில் ஒரு அட்சரத்திற்கான சிறிய இடவெளியிலும் தேவையான சங்கதிகளை அளவாய்ச் செலுத்திப் பரிமளிக்க வைப்பவர் அவர். அந்தக் கால அளவில் அதிகமாக ஏதும் செலுத்தினால் பொருத்தமில்லாத வீக்கமாய்ப் போய்விடும் அபாயம் இருக்கும் இடத்திலும் உறுத்தலில்லாத நேர்த்தியோடு பாடிவிடுபவர் பி.பி.எஸ்.

படிப்புக்கே முக்கியத்துவம் தந்த குடும்பச் சூழலில் அவர் வளர்ந்த விதம், அவர் கண்டடைய நினைத்தற்கான யத்தனத்தில் சேர்ந்த அனுபவம், ஹிந்தித் திரை இசைப் பாடல்களின் ஆழமான பாதிப்பு, கவிதை மனம், ஹிந்துஸ்தானி மற்றும் கஜல் பாடல்களில் கொண்டிருந்த ஈடுபாடு, நடிகர்களுக்கேற்ப குரலை மாற்றிப் பாடாத தன்மை என்பன போன்ற அம்சங்கள் அவரது தனித்த ஆளுமையைத் தீர்மானித்த காரணிகள். அவரது குரலின் ஒலிப்பைக் கூர்ந்து கவனித்தால் ஒரு சன்னமான தெலுங்கு ஒலிப்பை நாம் உணர முடியும். ஆனால் உச்சரிப்பாய்க் கேட்டுவிட முடியாது.

ஆண்களில்தான் எத்தனை விதமான ஆண்கள். அவர்களுக்கு எத்தனை விதமான பரிமாணங்களில் குரல்கள். எண்பதுகளுக்கு முன்புவரை விரல்களுக்குள் அடங்கும் வகைகளிலேயே அந்த ஒரு குறிப்பிட்ட வட்டத்துக்குள்ளேயே சுற்றுகிற குரல்களைத் தாண்டி, புதிய குரல்களைக் கேட்க முடியாது. அதுபோன்ற ஒரு சூழலில் தனது மாறுபட்ட பாடல் பாணியால் தன்னை நிலைநிறுத்திக்கொண்டவர் பி.பி.எஸ். நிலைநிறுத்திக் கொண்ட பின்பும் சதா அவர் உழைத்துக்கொண்டிருந்ததை அவரது எழுபத்தி ஏழாம் வயதில் அவர் பாடியதைக் கேட்டபோதும் துல்லியமாக உணர முடிந்தது.

நமது தேர்ந்த சங்கீத விற்பன்னர்கள் வயதான பின் தொலைக்காட்சிகளில் பாடுவதைக் கேட்கும்போது நமக்குத் தோன்றும் பரிதாபத்தைப் பி.பி.எஸ். ஏற்படுத்திவிடவில்லை. அவர் குரலை அவரே ஹிம்சித்துக் கொள்ளாமல் பாடிவந்ததுகூட அதற்குக் காரணமாக இருக்கலாம். ஆனால் தன் குரலை வருத்திக் கொள்ளாமலேயே ஆழமாகப் பாடக்கூடியவர் பி.பி.எஸ்.

தவப்புதல்வனில் டி.எம்.எஸ்.ஸோடு சேர்ந்து பாடிய ஒரு போட்டிப் பாடலான 'இசையில் சிறந்தது தமிழ் இசையே' என்ற பாடலில் ஹிந்துஸ்தானி பாடலைப்பாடும் பி.பி.எஸ்.ஸின் குரலைக் கேட்கும்போது அது நிகழ்த்தும் அசாத்ய சங்கீத விஸ்தீரணங்கள் புரியவரும்.

வீர அபிமன்யூ படத்தில் 'பார்த்தேன் சிரித்தேன்' பாடலில் அவர் பாடிய சஹானாவின் ஜீவ படிமங்கள் போலவே, பக்த கனகதாஸா கன்னடப்படத்தில் 'ஈக நீக வாசுதேவனு' பாடலில் கல்யாணியின் படிமங்களை அவர் சேர்திருக்கும் அழகு அபூர்வ மானது.

மனிதர்களின் ஆதார உணர்வுகளில் ஒன்றான காதல், சங்க காலம் முதல் இன்றுவரை கொண்டாடப்பட்டே வந்திருக்கிறது. சான்றோர்களும் அதைக் காதல் செவ்வியென்றே புகழ்ந்து பாடிய மரபும் நமக்குண்டு. இலக்கியத்தில் மட்டுமல்லாது, பல கலைகளிலும் பிரதிபலித்த காதல் தமிழ் திரைப்படங்களிலும் அன்று முதல் இன்றுவரை வந்துகொண்டேதான் இருக்கிறது. சொல்லாமல் சொல்லிக் காதலை வெளிப்படுத்துகிற, உடல் உணர்வுகளை மிகைப்படுத்தாத, நாசுக்கான காலம் என்ற ஒன்று இருந்தது. அந்தக் காலத்தில் வந்த திரைப்படங்களில் காதலின் ரூபம் போலவே வர்ணிக்கப்பட்டவர் ஜெமினி கணேசன். மென்மையான காதல் உணர்வுகளை, அன்புக்கு ஏங்கும் மனதை, பிரிவின் துயரை, அசட்டுத்தனத்தை, அங்கதத்தை வெளிப்படுத்த அவருக்கு அப்போது வாய்த்த மிகப்பொருத்தமான குரல்களில் ஒன்று பி.பி.எஸ்.ஸின் குரல். அவரது பொற்காலப் பாடல்கள் பெரும்பாலும் ஜெமினிக்குப் பாடியவையே. இவ்வகை உணர்வு களுக்காகவே செய்யப்பட்ட பிரத்தியேகக் குரல் போலவே அது இருந்தது.

'ஸ்வப்னங்கள் ஸ்வப்னங்கள்' எனத் தொடங்கும் மலையாளப் பாடலில் பி. லீலா, பி.பி. சீனுவாஸ், ஜேசுதாஸ், எம்.பி. ஸ்ரீநிவாஸ், தெட்சிணாமூர்த்தி என ஐவரும் படத்தில் அவர்களே தோன்றிப் பாடியிருப்பார்கள். பி.பி. சீனுவாஸ் இளம் தோற்றத்தில் சிரித்த முகத்தோடு அதில் பாடியிருப்பார்.'தெய்வங்களில்லா மனுஷ்யரில்லா பின்னே' என்று ஹம்சாநந்தியில் அந்த வரிகளை அவர் துவங்கும் முன்னான அவரது அபாரமான சஞ்சாரம் ஒரு கான கந்தர்வ லோகத்தையே உருவாக்கிவிடும். இன்றைக்கும் அது யூ டியூபில் கிடைக்கிறது. (பாடல்களின் இணைப்புகளை அனுப்பி உதவிய திரு. லலிதாராமுக்கு நன்றி.) பெரிய சங்கதிகளையும் அசாதாரணமாக அவர் பாடிவிட்டு, ரசிகனுக்கு வெகு சாதாரணமாகப் பாடியது

போல் தோற்றம் காட்ட வைத்துவிடும் அவரது லாவகத்தை அந்தப் பாடலிலும் காண முடியும்.

பேசுவது போன்ற அதே மென்மையான குரலை அவர் பாடும் போதும் நான் கேட்டிருக்கிறேன். அந்தக் குரலில் துலங்கும் அப்ராணித்தன்மை அவர் வாழ்விலும் இருந்ததை அவரது நண்பர்களின் கூற்றுகளின் வழியே அனுமானிக்க முடிகிறது.

சங்கீதம், நாடகம், கச்சேரி, பேச்சு எனப் பல அரங்கங்களிலும் ஒரு சாதாரண பார்வையாளனாகவே அவர் அமர்ந்து கவனித்தபடி இருப்பார். தனியே வருவார். தனியே போவார். அவரைப் பாதித்த கூட்டத்தைப் பற்றி, உடனே ஒரு கவிதையை எழுதி, அதன் அமைப்பாளர்களைத் தேடிக் கண்டுபிடித்துத் தந்துவிட்டு, சப்தமில்லாமல் செல்வார். சிற்றுண்டிச் சாலைகளிலும் மண்டபங்களிலும் அரங்கங்களிலும் சதா தென்படும் ஒரு கலா ரசிகனுக்குப் பணமும் புகழும் சார்ந்த வேட்கையும் ஈகோவும் இருந்திருக்க முடியாதுதான்.

காலம் ஒவ்வொரு கட்டத்திலும் சில சிறந்த பாடல் கலைஞர்களை நமக்குப் பரிசளித்தபடிதான் இருக்கிறது. ஆனால், கலையின் மேன்மையோடு, பக்கத்து வீட்டுக்காரனின் தோழமை போல, மனம் விட்டுப் பேச முடிகிற நண்பனின் அண்மை போல, நமக்கு வெகு அருகில் இருக்கும் தோற்றத்தைத் தன் குரலால் ஏற்படுத்திவிடுகிற எளிய கலைஞர்கள் எப்போதாவதுதான் நமக்குக் கிடைக்கிறார்கள். அத்தகைய கலைஞன் பி.பி.எஸ்.

உயிர் எழுத்து, மே 2013

மேடையில் மலர்ந்த இலக்கியக் கனவு

செவ்வியல் மொழிகளில் ஒன்றான நம் தமிழின் இயல், இசை, நாடகப் பகுப்பில், நாடகத் தமிழுக்கென ஒரு நீண்ட வரலாறு உண்டு. மெய்ப் பாட்டு இயலின் முதல் நூற்பாவில் 'உய்ப்போன் செய்தது காண்போனுக்கு எய்துதல்' என்று சொல்லும் தொல்காப்பியர் துவங்கி, இளங்கோவடிகள் கடந்து, பின், கலையை சமூக மனசாட்சியாக மாற்றிய மதுரகவி பாஸ்கரதாஸ், விஸ்வநாததாஸ், காதர் பாட்சா, கமலவேணி, பாலாமணியம்மாள், பம்மல் சம்பந்த முதலியார் போன்றவர்களின் பங்களிப்புகள் கடந்து, நாடகத் தமிழுக்கு இலக்கணம் எழுதிய சூரிய நாராயண சாஸ்திரி என்கிற பரிதிமாற்கலைஞர் வரை, பல கலைஞர்கள் நாடகக் கலைக்கு அரும் பெரும் பங்காற்றி உள்ளனர்.

நாடக நிகழ்வு என்பது ஒரு குறிப்பிட்ட அரங்கில் உருவாக்கப்பட்ட புனைவுக் களத்தில், புனைவுக் காலத்தில், நிஜமென நம்பும்படி கதாபாத்திரங்களால் நிகழ்த்தப்படுகிற ஒரு அற்புதக் கலையென மேலைநாட்டு நாடக வல்லுநர்கள் சுருக்க இலக்கணம் வகுக்கின்றனர்.

நாடக நிகழ்வென்பது கூட்டு உழைப்பாலும் ஒத்திசையும் கூட்டு உடல்மொழியாலும் நிகழ்த்தப் படுவது. ஒலி, ஒளி, வண்ணங்கள், ஒப்பனை, பிரதி எனப் பல்கலையின் கூட்டு உச்சரிப்பு அது.

வெள்ளையத்தேவன் பரம்பரையில் வந்து, 1867 செப்டம்பர் 7ஆம் தேதி தூத்துக்குடியில் பிறந்து, 'மிசுபந்தம்' என்ற நாடகத்தை எழுதிய வண்ணச்சரப தண்டபாணி சுவாமிகளிடம் தமிழ் கற்று, ராமுடு அய்யர் கல்யாணராமய்யர் ஆகிய இருவரிடமும் நடிப்பைக் கற்று, புதுக்கோட்டை மான்மூண்டியா பிள்ளையிடம் இசை கற்று, 1922வரை, தான் வாழ்ந்த ஐம்பத்தி ஐந்து ஆண்டுகளில், 'சதி அனுசூயா' முதல் 'தேவமனோகரி' வரை ஐம்பது நாடகங்களை எழுதி, பலருக்கும் பயிற்றுவித்து, நாடகக்கலைக்கு அர்ப்பணிப்பாய் இயங்கியதால், தமிழ் நாடகக் கலையின் தலைமை ஆசான் என்று இன்றும் எல்லோராலும் போற்றப்படுபவர் தவத்திரு சங்கரதாஸ் சுவாமிகள்.

பொழுதுபோக்கோடு, புராணம், இலக்கியம், வரலாறு, சமயம், கற்பனை, மொழிபெயர்ப்பு என நாடகங்களை எழுதி, நடித்து, நிகழ்த்திக்காட்டி தமிழின் தொன்மங்களைச் சாதாரண பாமரனுக்கும் நாடக வழியில் கொண்டுசேர்த்தவர் சுவாமிகள். இரணியன், இராவணன், எமதர்மன், சனீஸ்வரன் போன்ற பல கதாபாத்திரங்களில் அவரது அசாத்திய நடிப்புத் திறன் வெளிப் பட்டுள்ளது.

ஒப்பனையைக் கலைக்காமல் சனீஸ்வரன் வேஷத்தில் விடியற்காலை குளக்கரைக்கு வந்த சங்கரதாஸ் சுவாமிகளின் தோற்றத்தைக் கண்டு பயந்து நடுங்கி, உயிரையே விடுகிறாள் குளக்கரைக்குத் துணி வெளுக்க வந்த சலவைக்கார கர்ப்பிணிப் பெண். தன்னால் இப்படி நேர்ந்ததே என்று மனம் வெதும்பிய சுவாமிகள், அன்று முதல் வேஷங்கட்டுவதை விட்டுவிட்டுப் பல நாடகக் குழுக்களுக்கு ஆசானாக மாறுகிறார்.

தனது 24ஆம் வயதிலிருந்து நாடகக்கலையில் ஈடுபட்டு வந்த சுவாமிகள், 1918இல் 'தத்துவ மீனலோசனி வித்வ பாலசபா' என்ற பாலர் நாடக சபையைத் துவக்குகிறார். அந்த நாடக சபாவில் சேர்ந்து சுவாமிகளிடம் நேரடியாகப் பயிற்சி பெற்றவர்கள் டி.கே.எஸ். சகோதரர்கள். இதே காலகட்டத்தில் ஏற்கனவே சுவாமிகள் விலகி வந்திருந்த ஜகந்நாதய்யரின் 'மதுரை மீனரஞ் சனி சங்கீத சபை', தமிழறிஞர் தெ.பொ. மீனாட்சி சுந்தரத்தின் தம்பியான தெ.பொ. கிருஷ்ணசாமி பாவலர் நடத்திய 'பால மனோகர கான சபை' – என்கிற 'பாய்ஸ் கம்பெனி' போன்ற சில நாடகக் குழுக்களும் இயங்கி வந்துள்ளன. யதார்த்தம் பொன்னுசாமிபிள்ளை, நவாப் ராஜமாணிக்கம் போன்றோரும் அந்தக் காலகட்டத்தில்தான் கலைஞர்களாக உருவாகி வருகிறார்கள்.

பின்னாளில் அவ்வை டி.கே. ஷண்முகம் என்று புகழ்பெற்ற தனது சீடனின் மேல், சுவாமிகள் கொண்ட அளவற்ற அன்பின் காரணமாக, அவருக்காக நாலுமணி நேரம் நடிக்கக்கூடிய, நூற்றுக்கும் மேலான பாடல்கள் அடங்கிய, 'அபிமன்யூ சுந்தரி' என்கிற நாடகப் பிரதியை ஒரே இரவில் எழுதி சாதனை படைத்துள்ளார். 'அந்த சங்கரதாஸ் சுவாமிகளிடம் நான் நேரடியாகப் படிக்காவிட்டாலும் அந்தப் பரம்பரையில் வந்த திருக்கூட்ட மரபினன் நான்' என்று நெகிழ்வாய்த் தன்னைப் பற்றிக் குறிப்பிட்டுக்கொள்கிறார் சிங்காநல்லூர் வெங்கட்ரமணன் சகஸ்ரநாமம் என்கிற எஸ்.வி. சகஸ்ரநாமம்.

சுவாமிகள் மறைந்த பின், அவர் நினைவாக டி.கே.எஸ். சகோதரர்களால் ஆரம்பிக்கப்பட்ட 'மதுரை ஸ்ரீ பாலஷண்முகானந்தா சபா'வில் 'அபிமன்யூ சுந்தரி' நாடகத்தில், டி.கே. ஷண்முகம் அற்புதமாக நடிப்பதையும் கைத்தட்டல் பெறுவதையும் கண்டு தானும் அதுபோன்று நாடகத்தில் நடிக்க வேண்டுமெனத் தீராத மோகம் கொள்கிறார் சகஸ்ரநாமம்.

பொள்ளாச்சியில் தனது பெரியப்பாவின் வீட்டில் தங்கிப் படித்துக்கொண்டிருந்த பதிமூன்றே வயதான அவர், தன் ஆங்கிலப் புத்தகங்களை எடைக்குப் போட்டுவிட்டு, கோவைக்கு வந்திருக்கிற டி.கே.எஸ். சகோதரர்கள் நாடகக் குழுவில் சேர முடிவெடுத்து ரயிலேறிவிடுகிறார்.

நாடகக் குழுவின் மேலாளர் காமேஸ்வர அய்யர், 'போ, போய் உன் பெற்றோரைக் கூட்டிவா, அல்லது உன் அப்பாவிடம் இருந்து கடிதம் வாங்கிவா' என்று சொல்ல, நாடகத்தின் மீதிருந்த அதீத ஆசையால், அப்பாவைப் போலவே கடிதம் எழுதி வந்து கொடுக்கிறார் சகஸ்ரநாமம். அனுப்புனர் முகவரியில் இருந்த முகவரியைப் பார்த்து, அவர் அப்பாவுக்கு அஞ்சல் அட்டை போடப்பட, அவர் அங்கு வந்து சேர, அவரைக் கண்டு பயந்து, அருகில் உள்ள கிணற்றுப் படிக்கட்டில் இறங்கி ஒளிந்துகொள்கிறார் சகஸ்ரநாமம்.

அந்தக் காலத்தில் நாடகத்தில் நடிப்பது மிகவும் சிரமமான காரியம். ஒரு நாடகக் குழுவில் இருக்கிற ஒருவருக்குக் குறைந்தது மூன்று கலைகளாவது தெரிந்திருக்க வேண்டும். உயர்வு தாழ்வு பாராது, எல்லா வேலைகளையும் முகம் சுளிக்காது செய்ய வேண்டும். சர்க்கஸ் டெண்ட் ஊருக்கு ஊர் மாறுவது போல, எல்லாவற்றையும் மூட்டை மூட்டையாய்க் கட்டிக்கொண்டு ஊர் ஊராய்ச் செல்லும் பாணர்களைப் போல பயணப்பட வேண்டும். இவற்றையெல்லாம் மீறி, நிரந்தர வருமானமோ,

சமூக மதிப்போ கிடையாது. இந்த விஷயங்களை எல்லாம் உணர்ந்திருந்த அவரது தந்தை கடைசியில் அவரிடம், ‘என்ன படிப்பா, நடிப்பா’ எனக் கேட்க, ‘நடிப்பே’ என்று இவர் சொல்ல, உன் தலை எழுத்துப்படியே நடக்கட்டும்’ என்று ஒப்பந்தத்தில் கையெழுத்துப் போட்டுவிட்டுப் போகிறார்.

29.11.1913இல் சிங்காநல்லூரில், இரண்டு அண்ணன், இரண்டு அக்கா, ஒரு தங்கை ஆகியோருடன் தன் குடும்பத்தில் ஐந்தாவதாய் பிறந்த சகஸ்ரநாமம், அன்று முதல் அவர் தந்தையாராலேயே ஒரு வகையில் நாடகத்துக்குத் தத்துக் கொடுக்கப்பட்டுவிட்டார் என்றுதான் சொல்ல வேண்டும்.

டி.கே. சங்கரன், டி.கே. முத்துசாமி, டி.கே. ஷண்முகம், டி.கே. பகவதி என்கிற நால்வரும் இவரை ‘குகனோடு ஐவரானோம்’ என்பது போல் அணைத்துக்கொள்கின்றனர். நாடகக் கலையின் பல்வேறு நுணுக்கங்களை அவர் அங்கேதான் கற்கிறார். வீரபத்திரன் என்கிற பழைய நாடக நடிகரிடம் அடிவாங்கிப் பாடல் கற்கிறார். தன் நாடகப் பயிற்சியின் குருநாதர் என்று அவர் குறிப்பிடுவது, நடிகர் எம்.கே. ராதாவின் அப்பாவான எம். கந்தசாமி முதலியாரைத்தான். அவரிடம் பயின்ற மூன்றே மாதங்களில் ‘அபிமன்யூ சுந்தரியில்’ சூரிய பகவானாக வேஷங் கட்டுகிறார் எஸ்.வி.எஸ்.

நடிப்பதில் மட்டுமன்றி சில கலைகளில் விற்பன்ன ராகவும் சில கலைகளில் பரிச்சயமுள்ளவராகவும் இருந்துள்ளார் சகஸ்ர நாமம். கட்டிடக் கலை என்பது சங்கீதத்தோடும் ஓவியத்தோடும் சிற்பத்தோடும் படிக்க வேண்டிய கல்வி என்று உலகப் புகழ்பெற்ற காந்தியக் கட்டிடக் கலைஞர் லாரி பேக்கர் சொன்னது போல, இன்றைக்குப் பன்மை ஒழுங்கமைவுகளின் இணைவு (மல்ட்டி டிசிப்ளனரி ஃபியூஷன்) குறித்துப் பேசுகிறோம். ஒரு கலைஞன் அவன் தேர்ந்தெடுத்துக்கொண்ட பிரதான கலையில் புதிய சாரம் சேர, அவனுக்கு வேறு சில கலைகளின் பரிச்சயமும் தேவை என்று சொல்கிறோம். புதிய கல்வி முறையில் அதைப் போதிக்கவும் செய்கிறோம். இதுவெல்லாம் அறிந்திராத நாட்களில் எஸ்.வி.எஸ். என்னவெல்லாம் தெரிந்துவைத்திருந்தார் என்று கேட்டால் அசந்துவிடுவீர்கள்.

சங்கீத மேதை டி.ஏ. சம்பந்த மூர்த்தி ஆச்சாரியாரிடம் ஆர்மோனியமும் இசையும் கற்றுள்ளார். இலக்கிய வாசிப்பு அவருக்கு இயல்பிலேயே கூடி வந்துள்ளது. மேடை அமைப்பில் மிகுந்த தேர்ச்சி பெற்றவராக விளங்கியுள்ளார். அதனால்தான் பின்னாளில் சென்னையில் கட்டப்பட்ட ராஜா சர் அண்ணாமலை செட்டியார் மன்றம், ராணி சீதை ஹால்,

கலைவாணர் அரங்கம், சங்கரதாஸ் சுவாமிகள் அரங்கம் ஆகியவை இவரது ஆலோசனையோடு கட்டப்பட்டுள்ளன. ஆடை அணிகலன் உருவாக்கத்தில் பரிச்சயம் கொண்டவராக இருந்திருக்கிறார். வி.கே. ஆசாரி என்பவரிடம் பளுதூக்கும் பயிற்சி பெற்று போட்டிகளில் பங்கெடுத்துள்ளார். கொல்லத்தில் குஸ்தி படித்திருக்கிறார். வாலிபால் போட்டியில் பங்கெடுத்துள்ளார். பேட்மின்டன் விளையாடத் தெரியும். கோவை அப்பாவு பிள்ளையிடம் கார் மெக்கானிக் வேலை கற்றிருக்கிறார். கோவை சங்கமேஸ்வரன் செட்டியார் கம்பெனியில் சோப் சப்ளையராக வேலை பார்த்திருக்கிறார். சேலம் பஸ் கம்பெனி ஒன்றில் சில காலம் கண்டக்டராக வேலை பார்த்துள்ளார். கார் ஓட்டப் பயின்று முறையாக லைசென்ஸ் எடுத்துள்ளார். அவரது சித்தப்பாவிடமே டிரைவர் வேலை பார்த்திருக்கிறார். சின்ன அண்ணனின் மாமனாரோடு சேர்ந்து காப்பிக் கொட்டை மற்றும் பலசரக்கு வியாபாரம் செய்திருக்கிறார். இப்பட்டியல் இன்னும் நீள்கிறது. இப்படிப் பலவகையான இந்த அனுபவங்களே அவரை ஒரு பரிபூரணக் கலைஞனாக மலர்த்தியிருக்கின்றன என்று சொல்லலாம்.

வருமான நோக்கமற்று, கலையைத் தீவிரமாக முழுநேரமாக எடுத்துக் கொள்பவனை முதலில் அவனது பெற்றோரும் பின் உறவுகளும் துறக்கின்றனர். அது அவனுக்கு மரண பரியந்த வலி. பிறகு அவனுக்கு அமைந்த குடும்பமும் அவனைக் கைவிடும். அல்லது அவனே கைவிட நேரும். இது அடுத்த வலி. கலையின் காதலால் அவன் படும் அவஸ்தை, பதற்றம், அடுத்தது என்ன என்று எப்போதும் தீர்மானிக்க இயலாத நிலை, அநித்தியமான நிகழ்வுகள், பணக் கஷ்டம், உதாசீனம், அவமானம், உணர்ச்சி வசப்படலால் ஏற்படும் இழப்பு, அவப்பெயர் இப்படி, முழு நேரக் கலைஞனின் வாழ்வு, சந்தோஷ சாகஸ சோக நிகழ்வுகளால் ஆனதே. தேர்ந்த கலைஞர்கள் பலர் வலிகள் கருக்கொள்ளும் இடத்திலிருந்தே ஜனிக்கிறார்கள். எழுபத்தி ஐந்து ஆண்டு காலம் வாழ்ந்து, 1988 பிப்ரவரி 19இல் மறைந்த சகஸ்ரநாமமும் அதற்கு விதிவிலக்கல்ல. அவர் வாழ்ந்த வாழ்வும் அவரின் கலை இயக்கமும் சிற்சில சந்தோஷங்கள் நிறைந்த ஒரு துன்பியல் நாடகமே.

நாடகத்தால் கலையால் வாழ்பவர்கள் பலர் இருக்கலாம். ஆனால் நாடகத்திற்காகவே வாழ்ந்த சிலருள் சகஸ்ரநாமமும் ஒருவர். பாரதியின் பாடல்களில் பெரும் ஈர்ப்பு கொண்ட அவர் பாரதியின் வரியை இப்படி மாற்றிச் சொல்லிக்கொள்கிறார். 'எனக்குத் தொழில் நாடகம். நாட்டுக்குழைத்தல், இமைப்பொழுதும்

சோராதிருத்தல்' என்று; இதை சொல்லிவிட்டு அடுத்து சொல்கிறார், 'நானும் மூல நட்சத்திரம். அவரும் மூல நட்சத்திரம். அவரும் கார்த்திகை மாசம் பொறந்தார். நானும் கார்த்திகை மாசம் பொறந்தேன். அவரும் என்னைப் போலத் தாயை இழந்தவர்' என்கிறார்.

அதே பாரதியைப் போல் படைப்புக்கும் வாழ்க்கைக்கும் இடைவெளி இல்லாமல் வாழ்ந்தவர் எஸ்.வி.எஸ். என்பதற்கு சில உதாரணங்களைச் சொல்ல முடியும். அதில் ஒன்று: பாண்டிச்சேரி யில் பாரதி வாழ்ந்த காலத்தில் சுனாமி போல், ஒரு பெரும் கடல் சீற்றமும் புயலும் வந்து ஏராளமானவர்கள் மாண்டு போகிறார்கள். தனித்தனியே அடக்கம் செய்யவோ எரிக்கவோ முடியாதபடி ஏராளமான பிணங்கள். பத்து இருபதாய்ச் சேர்த்து சேர்த்துக் கொளுத்துகிறார்கள். அந்த நேரத்தில், பாரதி தன் முண்டாசை அவிழ்த்து, அதில் இறந்து போன பறவைகள், காக்கைகள், குருவிகள் போன்றவைகளைச் சேகரித்து கடற்கரை மண்ணில் குழி தோண்டிப் புதைத்துவிட்டு, நீராடித் திரும்புகிறார். காக்கை குருவி எங்கள் ஜாதி, நீள் கடலும் மலையும் எங்கள் கூட்டம் என்று பாடும் யோக்கியதாம்சம் அவனுக்கே இருந்திருக்கிறது. தான் எழுதிய வரிகளுக்குத் தான் வாழ்ந்த வாழ்வால் அர்த்தம் தந்தவன் பாரதி.

1959இல் 'நாலுவேலி நிலம்' படம் எடுத்து நஷ்டம் அடைகிறார் எஸ்.வி.எஸ். சக நடிகர்களின் மேல் பிரியத்தோடு, அவர்களது எல்லா வசனங்களையும் மனப்பாடமாக பிராம்ட் செய்து உதவும் சகஸ்ரநாமம், சமயங்களில் தன் வசனத்தைத் தானே மறந்து மறந்து நிற்கும் சோகத்தைப் போல, வியாபர சூட்சுமம் தெரியாமல் படம் எடுத்து, அதனால் ஏற்பட்ட கடனுக்காகத் தன் வீட்டை அடமானம் வைக்கிறார். சில கடன்களை அடைக்கிறார். முழுவதும் அடைக்க முடியவில்லை. கடைசியில் கடனுக்காக வீட்டை ஏலம் விட, ரோட்டில் தண்டோரா போடப்படுகிறது. இவரோ மாடியில் நாடக ஒத்திகையில் ஈடுபட்டிருக்கிறார். தண்டோராக்காரன் ராயப்பேட்டை தாண்டவராயன் தெரு வீட்டில் நோட்டீஸ் ஒட்டிவிட்டுப் போகிறான். பின்பு சிலோனில் இருந்து கொஞ்சம் பணம் வருகிறது. பணம் வந்ததும் கோமல் சாமிநாதனையும் நடிகர் சாமிக்கண்ணுவையும் அழைத்துக்கொண்டு காரைக்குடி கண்டவராயன் பட்டிக்குச் செல்கிறார்.அங்கு தனக்குப் பணம் தந்த செட்டியாரிடம் வட்டி உள்பட முழுப்பணத்தையும் திரும்பக் கொடுக்கிறார். செட்டியார் நெகிழ்ந்துபோய் 'சினிமாவில் நான் யார் யாருக்கோ பணம் தந்திருக்கிறேன். பல பேர் என்னை ஏமாத்திருக்காங்க. ஆனால் இந்த நிலையிலும் நீங்கள் இப்படி

நடந்துகொள்வதைப் பாத்து நான் என்ன சொல்றதுன்னு தெரியல' என்று நெகிழ்கிறார்.

அடுத்து பண்டரிபாய்க்கும் மைனாவதிக்கும் உள்ள பாக்கிக்காக அவர்களது வீட்டுக்குச் செல்கிறார். அவர்கள் 'நீங்க எங்களுக்கு எவ்வளவோ செய்ஞ்சுருக்கிங்க. வேண்டாம்' என்று மறுக்கிறார்கள். 'மறுப்பது உங்க பெருந்தன்மைம்மா. ஆனா, 'நாலு வேலி நிலம்' கதையே சாகும்போதும் யாருக்கும் கடன் வைக்கக் கூடாதுங்கிறதுதானே. பணத்தை நீங்க வாங்கிக்கத்தான் வேணும்' எனக் கட்டாயப்படுத்தித் தந்துவிட்டு வருகிறார். பாரதியைப் போலவே படைப்புக்கும் வாழ்வுக்கும் இடைவெளி இல்லாமல் வாழ்ந்தவர் எஸ்.வி.எஸ். அற்புதமான மனிதர்கள் கலைஞர்கள் ஆகும்போதுதான் கலையே புதிய விகாசமும் பரிமாணமும் பெறுகிறது. நம்பியவர்களை மட்டுமல்ல தன் சுபாவத்திற்கு மாறாக, வாழ்க்கை படத்தில் அவர் எதிர்மறை (வில்லன்) பாத்திரமேற்று நடித்திருந்தாலும் இயற்கை அவருக்கு தந்த அப்பழுக்கற்ற, யாரையும் ஏமாற்றாத முகத் தோற்றத்தைக் கூடக் கடைசிவரை அவரால் ஏமாற்ற முடியவில்லை என்பதை அவரது வாழ்வின் தடங்களின் வழியே உணர முடிகிறது.

இதுபோலவே, தான் நன்றாக வாழ்ந்த காலத்திலும் அவர் சில கலைஞர்களுக்கு உதவியிருக்கிறார். ஜீவா தலைமறைவு வாழ்க்கையில் இருந்தபோது அடைக்கலம் தந்துள்ளார். முகவை ராஜமாணிக்கத்திற்கு உதவியிருக்கிறார். தன் கலை வாழ்வின் ஆரம்ப காலங்களில் வசன கர்த்தா இளங்கோவனிடம் எஸ்.வி.எஸ் உதவியாளராக வேலை பார்த்துள்ளார். மணிப்பிரவாள நடையில் ஒலித்துக்கொண்டிருந்த திரை மொழியைத் தனது அழகு தமிழால் எழுதி, தமிழின் ருசியைத் திரை உலகத்திற்கு உணர்த்திய முன்னோடி இளங்கோவன். தணிகாசலம் என்ற இயற்பெயர் கொண்ட இளங்கோவன் உண்மையான அர்த்தத்தில் தமிழ்த் திரைப்பட வசனத்தின் ஒரு திருப்புமுனை. திருநீலகண்டர்,சிவகவி, ஹரிதாஸ், அம்பிகாபதி அசோக்குமார், மகாமாயா, சுதர்ஸன் போன்ற படங்களில் வசனம் எழுதிய இளங்கோவனுக்கு, ஜூபிட்டர்ஸ் பிக்ச்சர்ஸ் தயாரித்த கண்ணகிதான் பெரும் பெயரைப் பெற்றுத் தந்தது. அதில் அவரோடு உதவியாளராகப் பணியாற்றிவர் சகஸ்ரநாமம். அந்த இளங்கோவனின் கடைசிக் காலகட்டத்தில் அவருக்கு உதவியிருக்கிறார். இதையெல்லாம் அவர் எங்கும் குறிப்பிடவில்லை. அவரது நண்பர்களின் நாடகக் குழு நடிகர்களின் வழியேதான் இதையெல்லாம் அறிய முடிகிறது.

அவரது குழுவில் நடித்த நடிகர் நடிகைகளின் பட்டியல் வெகு நீளமானது. ஒரு சிலரை மட்டும் இங்கே குறிப்பிடுகிறேன்.

ஆளுமைகள் தருணங்கள்

சிவாஜி, முத்துராமன், குலதெய்வம் ராஜகோபால், வி. கோபால கிருஷ்ணன், கள்ளப்பார்ட் நட்ராஜன், ஏ.கே. வீராச்சாமி, ஏ. வீரப்பன், கம்பர் ஜெயராமன், கவிஞர் எஸ். வைத்தீஸ்வரன், பாடலாசிரியர் பட்டுக்கோட்டை கல்யாணசுந்தரம், இயக்குனர். கே. விஜயன், சத்தியராஜ், பி.ஆர். துரை, மாஸ்ட்டர் பிரபாகர், எஸ்.என். லட்சுமி, எம்.என். ராஜம், பண்டரிபாய், மைனாவதி, தேவிகா, ஜி.சகுந்தலா, காந்திமதி என்று இந்தப் பட்டியல் நீள்கிறது. கலைஞர்கள்பால் கொண்டிருந்த அதே அன்பைத்தான் அவர் எழுத்தாளர்களிடமும் கொண்டிருந்தார்.

பாரதியோடு பாண்டிச்சேரியில் நெருங்கிப் பழகியவரும் அரவிந்தரைப் பாரதிக்கு அறிமுகப்படுத்தியவருமான வ.ரா. பெண்கள் முன்னேற்றத்திற்காக எழுதியவர். இலங்கைப் பெண்ணைக் கலப்பு மணம் செய்துகொண்டவர். ஜாதிய சனாதனங்களைத் துறந்தவர். அக்ரஹாரத்தில் வாழ்ந்த அதிசய மனிதர் என்று அண்ணாதுரை அவர்களால் சொல்லப்பட்ட அந்த வ.ரா. சகஸ்ரநாமத்தின் நடிப்பை நாடக சேவையைப் பல முறை புகழ்ந்துள்ளார்.

1945–46களில் சென்னை ஒற்றை வாடை தியேட்டரில், விதவை திருமணத்தை வலியுறுத்திய இவரது ‘பைத்தியக்காரன்’ நாடகத்தைப் பார்க்க உடல் நலிந்த நிலையிலும் வ.ரா. அடிக்கடி வந்துள்ளார். நாடகம் முடிந்ததும் ஒருநாள் அவர், ‘சபாஷ் சகஸ்ரநாமம். சபாஷ். பத்து நாளா இந்த நாடகத்தைப் பாக்க வரேன். முதல் நாள் அனுபவிச்ச அந்த நெகிழ்ச்சி குறையவே இல்ல. ஒரு நாடகம் சமூகத்துக்கு இதைத்தான் செய்யணும்’ என்கிறார்.

இதுபோன்ற எழுத்தாளர்களது தொடர்புதான் அவரை இலக்கியத்தை நோக்கி நகர்த்தி உள்ளது. தனக்குப் பெரும் வழிகாட்டியாக விளங்கிய நூல்களாக அவர் குறிப்பிடுவது, மாஜினி, காரல்மார்க்ஸ், கிரீஸ் வாழ்ந்த வரலாறு போன்ற வெ. சாமிநாதசர்மாவின் நூல்களை. அதனால் தான் தன் சகோதரி மகன் என்.வி. ராஜாமணியின் உதவியோடு, தாகூரின் ‘விஷன்’ என்ற கதையைக் ‘கண்கள்’ என்ற தலைப்பில் நாடகமாகப் போடுகிறார். நார்வேஜியன் எழுத்தாளர் இப்சன் நாடகங்களால் கவரப்பட்டு ‘எனிமி ஆப் பீப்பிள்ஸ்’ என்கிற நாடகத்தை ‘மக்கள் விரோதி’ என்று நாடகமாக எழுதித் தரும்படித் தன் நண்பரும் பொதுவுடமை இயக்கத் தலைவருமான ஜீவாவிடம் கேட்கிறார். பி.எஸ். ராமய்யா, தி. ஜானகிராமன், கு. அழகிரிசாமி, ந. சிதம்பரசுப்ரமணியம் போன்ற மிகச் சிறந்த எழுத்தாளர்களைத் தன் அன்பின் வேண்டுகோளால் நாடகம் எழுத வைக்கிறார்.

உண்மையிலேயே இலக்கியவாதிகளைக் கொண்டாடியிருக்கிறார் எஸ்.வி.எஸ். தன் குழந்தைகளைத் தவிர எழுத்தாளர் பி.எஸ். ராமய்யா மகள் ரோஜா போன்ற அவரது நண்பர்களின் குழந்தைகளின் எட்டுப் பேருக்கு முழுச் செலவையும் ஏற்றுக் கல்யாணம் செய்து வைத்துள்ளார்.

சாகித்திய அகாதெமி விருது பெற்ற எழுத்தாளர் எம்.வி.வி. ஒரு முறை சொன்னார்: 'சகஸ்ரநாமம் அப்போது பெரிய புகழ்பெற்ற நடிகர். ஜானகிராமன் அவர் அலுவலகத்தில் கிறுக்கல் கிறுக்கலாக, ஒவ்வொரு பக்கமாக ஸ்கிரிப்ட் எழுத எழுத, அவர் பக்கத்திலேயே இருந்து, ஒவ்வொரு பக்கமாய் எழுதி முடித்தவுடன், ஆசை ஆசையாய் அதை சகஸ்ரநாமம் உடனுக்குடன் எடுத்துப் படிப்பதை நான் கண்டேன்' என்று.

இலக்கியவாதிகளை உண்மையில் மதித்து, அவர்களது ஆக்கங்களை நாடகமாக்கும் சினிமாவாக்கும் முயற்சிகள் இன்று வரை மிக மிகச் சொற்பமானது. அதனால்தான் தமிழ் சினிமா இன்றுவரை அதிக அளவில் இந்தியாவைத் தாண்டிப் பேர் பெறவோ, பரிசு பெறவோ முடிவதில்லை.

தொழில்நுட்பமும் அசாத்திய சாத்தியங்களும் நிறைந்த இந்த நாளிலும் ஒரே கருவை அச்சில் வார்த்து எடுத்துக் கட்டமைக்கும் போக்கே ஆதிக்கம் செலுத்துகிறது. ஆனால் எஸ்.வி.எஸ், அந்தக் காலத்திலேயே இதுபோன்ற பிக்ரஞையோடு செயல்பட்டது ஆச்சர்யமளிக்கிறது.

முதன் முதலாக 1800இன் இறுதிகளில் கோபாலாச்சார் என்பவரால் ஷேக்ஸ்பியரின் ஆங்கில நாடகம் வெனீஸ் வணிகன் என்ற பெயரில் மொழிபெயர்ப்பாக வந்துள்ளது. 1877இல் திண்டிவனம் இராம மிராசு என்பவர் பிரதாப சந்திர விலாசம் என்ற சமூக நாடகத்தை எழுதி மேடையேற்றுகிறார். அதன் பின் 1891இல் சுகுணவிலாஸ சபையை ஆரம்பித்த பம்மல் சம்பந்த முதலியார்தான் 1958 வரை 94 நாடங்கள் எழுதியுள்ளார்.

இலக்கியக் கதைகளை நாடகமாக்குதல் சற்று சிரமம். தொழில் முறை நாடக எழுத்தாளர் கதைகள் எளிது. ஒரு இலக்கிய பிரதியை, நாடகப்பிரதியாக மாற்றி, அதனை நடிப்பியக்கப் பிரதியாக மாற்றுவது என்பது, மூன்று கட்ட வேலைகளைக் கொண்டது. ஆனாலும் நாடகம் வெறும் பொழுதுபோக்காக மட்டும் நின்றுவிடக்கூடாது. அது பிரச்சார மேடை அல்ல. செய்தித் துணுக்குகளோ, நகைச்சுவை துணுக்குகளோ, நக்கலோ கிண்டலோ அல்ல. அது பார்வையாளனுக்கு உண்மையான ஞானத்தைத் தர வேண்டும் என்று அவர் விரும்பிச் செயல்பட்டதை

அவரது செயல்களின் வழி அனுமானிக்க முடிகிறது. பிரக்ஞை பூர்வமாகவோ அல்லது நினைவிலி நிலையிலோ நாடக மொழியை அவர் புதியதாய் உருவாக்க முயன்றதையே அவரது இயக்கம் நமக்கு உணர்த்துகிறது.

அண்ணாதுரை, கருணாநிதி, போன்றவர்களோடு பெரும் மதிப்போடும் அன்போடும் எஸ்.வி.எஸ். பழகியிருந்தாலும், அவர்களது நாடகங்களில் ஒன்றைக்கூட அவர் தன் சேவா ஸ்டேஜ்க்கு எடுத்துக்கொள்ளவில்லை. திராவிட இயக்க நாடக மொழியிலிருந்து அவர் முற்றிலும் வேறுபட்ட ஒன்றாகவே தன் நாடக மொழியை வடிவமைத்திருக்கிறார் எஸ்.வி.எஸ்.

சமூக ஏற்றத்தாழ்வை, மூடப்பழக்கவழக்கங்களை, சாதி சமயப் பூசல்களைச் சாட, மொழி சார்ந்த பிரக்ஞையை வலுப் படுத்த, அந்த நாடகங்கள் அவை மேடையேற்றப்பட்ட ஆரம்ப காலத்தில் உதவின என்பதை யாரும் மறுக்க இயலாது. ஆனால் அதே சமயம் அந்த மேடை நாடகங்களின் வீரியத்தைக் குறைக்க 1954ஆம் ஆண்டு அன்றைய காங்கிரஸ் அரசு சட்டம் இயற்றும் அளவுக்கு அதன் கட்சிப் பிரச்சாரங்கள் மறைமுகமாய் மலிந்து போயிருந்தன.

மெக்காலே கல்வித் திட்டத்தால் ஆங்கிலக் கல்வியின் மோகம் கூடியதும் ஆங்கிலத்தில் பேசுவது அறிவு என்று நினைத்த சூழலும் அதீத சமஸ்கிருத பிரயோகமும் சாதியக் கொடுமைகளும் திராவிட இயக்க நாடகங்கள் வெற்றி பெற ஒரு இதமான சமூகச் சூழலை இயல்பாய் ஏற்படுத்தியிருக்க, அதை வாகாய் முழுமையாய்ப் பயன்படுத்திக்கொண்டு தொடர்ந்து அரசியல் ஆதாயங்களும் அடைந்தனர் அந்த நாடகக்காரர்கள்.

ஒரு வகையில் இவ்வகையான திராவிட இயக்க மேடை நாடகங்களுக்கான மௌனமான எதிர்ப்புக் குரலே எஸ்.வி.எஸ்.ஸின் நாடகப் பிரதிகள் என்று சொல்வதற்கான பல சாத்தியங்களைக் கொண்டவை அந்தப் பிரதிகள். அவரது நண்பர்களுடனான தனிப்பட்ட உரையாடல்களின் மூலமும் இது உறுதிப்படுகிறது.

மேலும் இதற்கு அவர் செயல்வழி ஆதாரங்களையே நாம் முன்வைக்க முடியும். பல சமயங்களில் அந்த மேடைகளில் பயன்படுத்தப்படும் அதீத அலங்காரங்கொண்ட திகட்டும் மிகைத்தமிழ் சொல்லாடல்களையோ, வெற்று வார்த்தை ஜாலங் களையோ, ஆக்ரோஷ பிரச்சாரங்களையோ எஸ்.வி.எஸ்.ஸின் நாடகப் பிரதிகளில் காண முடியவில்லை.

சிறையில் ஆயுள் தண்டனை கைதிகளுக்கெல்லாம் நாடகம் சொல்லித் தந்து அரங்கேற்றம் செய்ய வைத்த கன்னடத்தின் புகழ்பெற்ற நாடக எழுத்தாளர் சிவப்பிரகாஷ் சொல்கிறார்: 'ஒரு மொழியைக் கலைஞனைவிடவும் அரசியல்வாதி அழகாகப் பயன்படுத்தத் துவங்குவது சமூகத்திற்கு மிக மிக ஆபத்தானது' என்று.

அதே சமயம் எஸ்.வி.எஸ். தமிழ் அறியாதவரல்லர். தமிழின் காதலன். ராஜா சாண்டோ இயக்கத்தில் வந்த அவரது முதல் படத்தில் நடிக்க பாம்பே செல்கிறார் எஸ்.வி.எஸ். 'அவர் இங்லீஷ் மோஸ்தரோடு இருப்பார். தமிழில் பேச மாட்டார் என்று நினைத்தேன். சரளமாகத் தமிழ் பேசினார். எழுதினார். அதைவிட ஆச்சர்யம் தமிழ் இலக்கண நூல்களான நன்னூல் போன்றவற்றை மனப்பாடமாகச் சொன்னார். அவர் தமிழ் இன உணர்வு உள்ளவர்' என்று ராஜா சாண்டோவைப் பற்றிக் குறிப்பிடுகிறார்.

திருக்குறள், தேவாரம், திருவாசகம், திருமந்திரம், பாரதி கவிதைகள், கட்டுரைகள் போன்ற சில, தான் விரும்பிய தமிழ் இலக்கியங்களை மனப்பாடம் செய்திருந்த எஸ்.வி.எஸ்., கலைவாணர் என்.எஸ்.கிருஷ்ணண் மறைந்தபோது, வானம் மேகமூட்டத்தோடு இருந்ததை இப்படிச் சொல்கிறார்: 'கதிரவனைக் காணாது கமல மலர் வாடுமெனக் கவிகள் சொல்ல நான் கேட்டதுண்டு. கமலத்தைக் காணாததால் அன்று கதிரவனே வாடியிருந்தான்' என்று எழுதுகிறார். என்.எஸ்.கே.யுடனான அவரது உறவு ரொம்பவும் விசேஷமானது. என்.எஸ்.கே. இவருக்குப் பதினாறு வயதில் பழக்கமாகிறார். அவரோடு இளம் வயதில் நாடகத்தில் நடித்த ஒரு சம்பவத்தை இப்படிக் குறிப்பிடுகிறார்:

'சிலோனில் ஒருமுறை நாங்கள் நாடகங்கள் நடத்தச்சென்றோம். அங்கு நடத்தப்பட்ட கிருஷ்ணலீலா நாடகத்தில் நரகாசுரனாக என்.எஸ்.கே. நடிக்கிறார். அவர் மகன் பாத்திரத்தில் நான் நடிக்கிறேன். நரகாசுரன் வீழ்கிறான். அவர் வீழ்ந்ததும் அப்பா எனக்கு ஒரு வழியும் காட்டாம போறீங்களே என்று அவர் மேல் நான் விழுந்து அழும் காட்சி. நான் அப்படிச் சொல்லி அவர் மேல் விழுந்து அழும்போது, என்.எஸ்.கே. சொல்கிறார், 'மகனே கலங்காதே. அப்படியே தனுஷ்கோடி வழியா போ' என்கிறார். அது நான் அழ வேண்டிய காட்சி. எனக்கோ சிரிப்பு வந்துவிட்டது. நல்ல வேளை முகத்தை உடனே அந்தப் பக்கம் திருப்பிக்கொண்டு நான் குலுங்கிக் குலுங்கிச் சிரித்தது, இந்தப் பக்கம் பார்ப்பவர்களுக்கு நான் அழுவது போலத் தெரியும்படி ஆனது.'

என்.எஸ்.கே.யைப் பற்றி லக்ஷ்மிகாந்தன் அவதூறாக எழுதிய போது, அவரது இந்து நேசன் அலுவலகத்துக்கே சென்று, அந்த அச்சு இயந்திரங்களைச் சுத்தியலால் ஆக்ரோஷமாக அடித்து உடைத்துள்ளார் எஸ்.வி.எஸ். இந்தச் சம்பவத்துக்கு பின், அவரைச் சந்தித்த எம்.ஆர். ராதா, 'வாய்யா பிராம்ண ரௌடி' என்று செல்லமாக அழைத்தாராம்.

என்.எஸ்.கே. சிறையில் இருந்தபோது, வழக்கு செலவுகளுக் காகப் பணம் திரட்ட அவரது நாடகக் குழுவை வெற்றிகரமாக எடுத்து நடத்தி, சிறையில் இருந்து அவர் திரும்பியதும் அதனை அவரிடமே ஒப்படைத்துள்ளார் எஸ்.வி.எஸ். தனது நாடகப் பிரதிகளை எஸ்.வி.எஸ் புது விதமாய் மாற்றி அமைக்க இன்னொரு காரணம், காங்கிரஸ் அபிமானமும் தேசபக்தியும். தக்கர் பாபா ஆஸ்ரமத்தின் பொன் விழாவில் காந்தியையும் 1936இல் விருதுநகரில் நேருவையும் பார்த்துப் பரவசம் கொள்கிறார். 1935லேயே கோவையில் காங்கிரஸ் உறுப்பினர்களைச் சேர்க்கப் பாடுபடுகிறார். யுத்த நிதிக்காக ஐயாயிரத்து ஒரு ரூபாயைக் காமராஜரிடம் கொடுத்தது மட்டுமில்லாமல் அதுவரை தான் பெற்ற தங்கப் பதக்கங்கள், வெள்ளிக் குத்துவிளக்கு, சந்தன பேலா போன்ற பல பொருட்களையும் கொடுத்துவிடுகிறார்.

முழு நேரத் தொழில்முறை நாடகக் கலைஞனாக அவர் இருந்தும் நாடகத்தை அவர் ஒரு தொழிலாக மட்டும் பார்க்கவில்லை. புதுமைகளை ஏற்கும் மனோபாவமும் தேர்ந்த இலக்கியவாதிகளின் கூட்டுறவும் இலக்கிய தாகமும் அவருக்கிருந்தது. சேவா ஸ்டேஜ் நாடகக் கல்வி நிலையம் அமைத்து பல நாடக மாணவர்களை உருவாக்கினார். அதில் கலந்துகொண்டு பேசிய ஏராளமான அறிஞர்களின் ஆலோசனைகளும் அவர் நாடகங்களில் மேலும் மேலும் புதுமை செய்யும் பாதையை, உத்வேகத்தை அவருக்குத் தந்துள்ளன. டி.கே. ஷண்முகத்தின் ஆலோசனையோடு அவர் போட்ட பாரதியின் 'பாஞ்சாலி சபதம்' என்ற கவிதை நாடகம் மிகப்பெரும் வெற்றியைப் பெறுகிறது. அதையும் தாண்டி பரீட்சார்த்த நாடகங்களுக்கு அவர் செல்கிறார். பாரதியின் குயில் பாட்டைப் போடும்போது ஒரு பார்வையாளர் அவரைப் பார்த்து, 'ஏற்கனவே ஜனங்களுக்கு நாடகம் போட்டேள். இப்போ வெறும் புலவர்களுக்காக மட்டும் போடுறேள் போலிருக்கு' என்றாராம். சமகாலத்தின் இந்தக் கேள்விதான் ஒரு கலைஞன் தன் கலை எல்லைகளைக் கடந்தபடி பயணிக்கிறான் என்பதைப் புரிய வைக்கும் சாட்சி.

இப்படி தனது நாடகப் பிரதிகளின் உருவாக்கத்தின் மூலம் அவர் ஏதோ ஒன்றிற்கு எதிர்வினை புரிந்துகொண்டே

இருந்திருக்கிறார். அதோடு மட்டுமல்லாமல் தன் சக நாடகக் குழுக்களிடம் தன் செயல்பாடுகள் மூலமாக ஒரு உரையாடலை உருவாக்கவே எப்போதும் முயன்றுள்ளார்.

கேட்டும் கேளாத செவிகளுக்கும் பார்த்தும் பாராத விழிகளுக்கும் புதியதாய் ஒன்றைக் காட்டவே எஸ்.வி.எஸ். அர்ப்பணிப்பு. உணர்வுடன் இயங்கியுள்ளார். சகஸ்ரநாமத்தின் கடைசி நாடகம் 'நந்தா விளக்கு'. தனது 18ஆம் வயதில் 13 வயதான மாமன் மகள் ஜெயலக்ஷ்மியை மணந்து ஜானகி, லலிதா, சாந்தி கௌரி ஆகிய நான்கு பெண் குழந்தைகளையும் குமார் என்ற மகனையும் பெற்றவர் அவர். தன் 'நந்தா விளக்கு' நாடக ஒத்திகைக்குத் தன் குடும்பத்தினர் அனைவரையும் வருமாறு அழைத்தார். வாரத்தின் துவக்கத்தில் எல்லோரிடமும் தொலைபேசியில் பேசி, ஞாயிற்றுக்கிழமை ஒத்திகைக்கு வரச் சொன்னார். சற்று முன்னதாக, வெள்ளிக்கிழமையே அவர் வேறொரு ஒத்திகைக்குச் சென்றதுபோல் சென்றுவிட்டது அவர் நமக்குக் காட்டிய கடைசிக் காட்சி. அந்த ஞாயிற்றுக்கிழமையன்று அவர் நிகழ்த்தாமல் நிகழ்த்திய ஒத்திகை வழியேயும் சொல்லாமல் சொல்லிய பாடங்களின் வழியேயும் தேர்ந்தெடுத்த கதைகள் வழியேயும் இன்றும் நம் நாடகக்காரர்களுக்கு எதையோ அவர் சொல்லிக்கொண்டே இருக்கிறார்.

11.02.2013 அன்று சென்னை மயிலாப்பூர்
கோகலே சாஸ்த்ரி ஹாலில் நடைபெற்ற
சகஸ்ரநாமம் நூற்றாண்டு விழாவில் வாசித்த கட்டுரை.

கோடுகளில் அதிரும் வேகம்

நவீன ஓவியங்கள் இன்று எல்லா விதமான இதழ்களிலும் புத்தகங்களிலும் திரைப்படச் சுவரொட்டிகளிலும் எழுத்து முறைமைகளிலும் இடம்பெறுவதை நம் மனம் தயக்கமின்றி உள்வாங்கிக் கொள்கின்றது. ஆனாலும் நவீன ஓவியத்தில் ஓரளவு தெளிவு பெற்று, ரசனையில் இன்று நாம் வந்து நிற்கும் இடம், அவ்வளவு எளிதாகக் கிட்டியதல்ல. அதற்குப் பின்னால், தேர்ந்த, வணங்கத்தக்க சில ஓவியக் கலைஞர்களின் அயராத பங்களிப்புகள் மறைந்து கிடக்கின்றன. அந்த வரலாற்றின் கூறுகளை நாம் அறியாமல் இன்றைய நிலையின் இருப்பை முழுமையாய் உணர முடியாது.

ஆரம்பத்தில், சிற்றிதழ்கள் தவிர, மற்ற எல்லா இதழ்களிலும் பத்திரிகைகளிலும் நவீன ஓவியங்கள் தயக்கமின்றி ஏற்றுக்கொள்ளப்படவில்லை. கேரளத்து மக்கள், ஐம்பதுகளில் கலை, இலக்கியம், ஓவியமென எல்லாவற்றிலும் நவீனமான விஷயங்களை ஏற்றுக் கொள்ளத் தொடங்கியிருந்தனர். ஆனால் தமிழகத்தில், அவை அறுபதுகளில்தான் மெல்ல வேர்பிடிக்கத் தொடங்கின. அதற்குப் பின்னான முப்பது வருஷ போராட்டங்களுக்குப் பிறகே, நவீன ஓவியம் பொது வெளியில் சகஜத் தன்மையை அடைய ஆரம்பித்தது.

அறுபதுகளுக்கு முன்புவரை, ஓவியர்களுக்கும் எழுத்தாளர்களுக்கும் தொடர்பு இல்லை என்றே சொல்லிவிடலாம். அதுபோலவே, தீவிரமான சிந்தனை யாளர்களுக்கும் பத்திரிகையாளர்களுக்கும் தொடர்பு இல்லாமலேயே இருந்துள்ளது. சிற்பி தனபாலுக்கும்

கவிஞர் பாரதிதாசனுக்கும் இருந்த தொடர்பைப்போல, நாடகக் கலைஞர் எஸ்.வி. சகஸ்ரநாமத்துக்கும் தீவிர எழுத்தாளர்களுக்கும் இருந்த தொடர்பைப் போல, அத்தி பூத்தாற்போல் ஏதோ ஒன்றிரண்டு தொடர்புகள் எங்கேனும் இருந்திருக்கக்கூடும். ஆனால், பெரும்பாலும் எல்லாத் தீவிரமான விஷயங்களும் ஒன்றிணைய வில்லை. ஒரு கூட்டு முயற்சி அப்போது கூடியிருக்கவில்லை. எல்லோரும் தனித்தனித் தீவுகளாக இயங்கியிருக்கின்றனர். அந்தச் சூழலில், அறுபதுகளில் தீவிர இலக்கியத்தின் வழியாக நவீன ஓவியங்களைக் கொண்டுபோக முயற்சி எடுத்த முன்னோடிக் கலைஞர்களாக, சிற்பி தனபால், சந்தானராஜ், ஆதிமூலம், தட்சிணாமூர்த்தி, ஆர்.பி. பாஸ்கரன், கலை இயக்குனர். பி. கிருஷ்ணமூர்த்தி ஆகியோரைச் சொல்ல வேண்டும்.

பெரும் இதழ்கள் நவீன ஓவியங்களுக்கு ஆதரவு தராமல் இருந்ததற்கு முக்கிய காரணம், அதற்குள் பணியாற்றிவர்களுக்கே அது பற்றிய விழிப்புணர்வு அப்போது இல்லை என்பதுதான். அது மட்டுமின்றி, அதைக் கேலி பேசும் ஒரு இடத்திலேயே அவர்கள் இருந்துள்ளனர். தமிழ் வாசகர்களும் பல ஆண்டுகள் வரை இவ்வகை ஓவியங்களை ஏற்றுக்கொள்ளவில்லை. அவர்களுக்கு இவை புதிதாக, புரியாததாக, மிரட்சியைத் தருவதாக இருந்திருக் கின்றன. தொடர்ந்து ஒரே விதமான விஷயங்களுக்கு அவர்கள் மனம் பழகியிருந்தது, பழக்கப்படுத்தப்பட்டிருந்தது என்றும் சொல்லலாம்.

பெரிய பத்திரிகைகளில் அதன் ஆசிரியர்கள் வலியுறுத்தும் காட்சியை அல்லது ஒரு குறிப்பிட்ட சம்பவத்தைத்தான் வரைய வேண்டுமென்ற நிர்ப்பந்தம் அன்றைய ஓவியர்களுக்கு இருந்தது. இப்படிப்பட்ட கடினமான சூழலுக்கு இடையில்தான், அவர்கள் முன் புதிய ஓவியங்களை முன்வைக்க வேண்டிய சவால் நவீன ஓவியர்களுக்கு ஏற்பட்டது.

இன்று நவீன ஓவியர்களுக்கு எந்த வரையறையும் இல்லை. படைப்பு வேறு, ஓவியம் வேறு. ஓவியம் ஒரு தளம், உள்ளடக்கம் ஒரு தளம். எதுவும் எதற்கும் குறைவானது இல்லை. அது சொல்வதையும், இது சொல்வதையும் புரிந்துகொண்டு உள்வாங்குகிற பக்குவம் இன்றைய வாசகர்களுக்கு வந்துவிட்டது. ஒரு ஓவியத்தை மேல் பரப்பில் புரிந்துகொண்ட இடம் தாண்டி, மெல்ல நகர்ந்து, அடி ஆழத்தில் இருக்கும் விஷயத்துக்கும் ஓவியத்தின் தோற்றத்தின் பின்னால் இருக்கும் விஷயத்துக்கும் வாசகர்கள் போக ஆரம்பித்து விட்டனர். ஒரு ஓவியத்தின் தீர்மானிக்கப்பட்ட சட்டகத்துக்கு இணையான பங்கு, வரையப்படாத வெற்றிடத்துக்கும் உள்ளது என்பது வரையிலான புரிதலை அவர்களுக்கு உணர்த்த, நவீன

ஓவியர்கள், ஒரு நீண்ட நெடிய கடினமான பாதையைக் கடக்க வேண்டியிருந்தது. அவர்களே பங்களிப்பவர்களாகவும் மறைமுக பயிற்றுனர்களாகவும் பணியாற்ற வேண்டியிருந்தது.

இந்த ஓவிய இயக்கத்தைத் தமிழின் சிறு பத்திரிகையில் துவங்கிய தன் முன்னோடிகளோடு தன்னையும் இணைத்துக்கொண்டு, அதை வெகுஜனப் பத்திரிகைகளுக்கும் விஸ்தரித்து, இன்றுவரை ஒரு தனி மனித ஓவிய இயக்கமாகவே தமிழகத்தில் இயங்கிவருபவர் மதுரை மருதப்பன் டிராட்ஸ்கி மருது. தன் முன்னவர்கள் கொண்டு சேர்க்க முடியாத வெளிகளிலெல்லாம் நவீன ஓவியங்களைக் கொண்டு சேர்த்த ஓவியம் பற்றிய ஒரு விழிப்புணர்வைப் பொது வெளியில் ஏற்படுத்திய தனிப்பெரும் ஓவிய ஆளுமை அவர்.

மரபார்ந்த விவசாயக் குடும்பத்திலிருந்து வந்திருந்தாலும் இவருடைய குடும்பப் பின்னணியில் கலையும் அரசியலும் பிணைந்திருந்தன. இவரது தந்தையார் மருதப்பன் தனது கடைசி காலம்வரை கம்யூனிஸ்டாகவே வாழ்ந்து மறைந்தவர். நாற்பதுகளில், இலங்கையிலிருந்து தலைமறைவு வாழ்க்கைக்காகத் தப்பி வந்த டிராட்ஸ்கியவாதிகளான, என்.எம். பெரேரா, கொல்வின் ஆர்.டி. சில்வா, ஆகியோருக்கு ஆதரவாக இவர் தந்தையார் இருந்திருக்கிறார். அவர்களுடைய பழக்கம்தான் இவரது தந்தையாரைக் கம்யூனிஸ்டாகவும் ஆக்கி இருக்கிறது. அதனாலயே இவருக்கு டிராட்ஸ்கி மருது என்ற பெயரையும் வைத்திருக்கிறார் இவரது தந்தையார்.

கடவுள் படங்களே மாட்டப்படாத இவர் வீட்டுச் சுவர்களில், மறுமலர்ச்சி காலத்து ஐரோப்பிய ஓவியர்கள் என்று நாம் கருதும் பிகாஸோ, டாலி போன்றவர்களின் படங்கள் மாட்டப் பட்டிருந்திருக்கின்றன. அவர்களின் பரிச்சயம் மருதுவுக்குப் பத்து வயதிலேயே வாய்த்திருக்கிறது.

இவர் எட்டாம் வகுப்பு படிக்கும்போது, ஹிந்தி எதிர்ப்புப் போராட்டம் நடந்த காலம். அறுபதுகளில் நடந்த அந்தப் போராட்டத்தில், நூற்றுக்கணக்கான தட்டிகளைப் போராட்டத் துக்காக வரைந்திருக்கிறார் மருது. இருபதுக்குப் பதினைந்து அடி அளவுள்ள, ஹிந்தி எதிர்ப்பு கருத்துப்படங்களை ஏராளமாக வரைந்திருக்கிறார். அவ்வளவு பெரிய ஓவிய வெளியை அவர் இளம் வயதிலேயே கையாண்டாதனாலோ என்னவோ, அவருக்குப் பின்னாளில் ஸ்பேஸ் பற்றிய பயமே இல்லாமல் வரைய முடிந்துள்ளது. திரைப்படங்களும், படக்கதைப் புத்தகங்களும், மதுரை ரீகல் டாக்கீஸில் அவர் பார்த்த அனிமேஷன் படங்களும், பால்யத்தில் இவரை ஆக்ரமித்துக்கொண்ட விஷயங்கள். அது தவிர,

மதுரை தந்த சிற்ப மொழியும், கோரிப்பாளையம் மாரியம்மன் கோவில் திருவிழா நிகழ்வுகளும், அந்தப் பகுதியின் சந்தனக்கூடு திருவிழாவும், காந்தி மியூசியத்தில் இவருக்குப் பார்க்கக் கிடைத்த துண்டுப் படங்களும், தமுக்கம் மைதானத்தில் நடக்கும் அரசியல் கலாச்சார நிகழ்வுகளும், அவர் வீட்டின் அருகே அள்ளிச் செருகிய கொண்டையோடு மண்பாண்டங்கள் வனையும் குயவர்களும், அவர்கள் நாயக்கர் பாணியில் செய்யும் மண் குதிரைகள், காவல் தெய்வங்கள் போன்ற சுடுமண் சிற்பங்களும் மதுரையின் அசலான பண்பாட்டுக் கூறுகளை இளம் வயதிலேயே இவருக்குள் சரித்துள்ளன.

"என் மண்ணை என்னால் மறக்க முடியாது. எனக்கு உச்சபட்ச உத்வேகம் அளிப்பது என் மண்தான். என் மண்தான் என்னோட அடையாளம். நான் இன்னைக்கு இருக்கிற இடம், நான் வாழற வாழ்வு, எல்லாமே என் பால்யங்கள் உறைந்து கிடைக்கிற அந்த மண்தான். அது தந்த விஷயங்களை வைத்துத்தான், தமிழனின் தனித்த அடையாளங்களை, வீரத்தை, கோபத்தை, காதலை, மறைக்கப்பட்ட வரலாற்றை, மறந்து போன உருவங்களை, தொன்மங்களை, படிமங்களை வெளிக்கொண்டுவர முயற்சி செய்கிறேன்" என்கிறார் மருது.

இளம் வயதில் அவர் கண்ட நாடகங்கள், கூத்து, கேட்ட நாட்டுப்புறப் பாடல்கள் எல்லாமும் அவர் கலையின் ஆழத்துக்கு, ஆதி நாள் இட்ட உரம். நாடகக் கலைஞர் உடையப்பா, சரளா ஆகியோரின் இசை நாடக மரபின் மேன்மை மிகு அற்புத நிகழ்வை, இன்றும் அவர் சொல்லிச் சொல்லிப் பரவசப்படுகிறார்.

"அன்று சரளா அம்மா பாடியது எனது குரல். உங்கள் குரல். நம் வலியின் குரல். அதி அற்புதமாக இயங்கிய கலைஞர்களின் கடைசி சொட்டு அவர். எப்போது நினைத்தாலும் என்னைச் சிலிர்க்கவைத்துக் கண்ணில் நீரை வரவழைக்கும் குரல் அது" என்று அவரைப் பற்றி இப்போது பேசும்போதும் தழுதழுக்கிறார்.

மேடைகளில், திரைப்படங்களில் மட்டுமில்லாமல், பெரும் கலைஞர்களை வீட்டுக்குள்ளும் உறவாகப் பெற்றிருந்தவர் மருது. 1950களில் நாடக உலகிலும் திரைப்படத்திலும் இயங்கிவந்த கார்மேகம், எம்.எஸ். சோலைமலை ஆகியோர் இவரது தாத்தாக்கள். நாடகங்களிலும் திரைப்படங்களிலும் அந்நாளில் புகழ்பெற்று விளங்கிய எஸ்.எஸ். ராஜேந்திரன், இவரது சகோதரர். இப்படித் தன் சொந்த வாழ்வின் பின்புலங்களிலும் கலை, இலக்கிய, அரசியல் அம்சங்களை அவர் பெற்றிருந்தார். இவரது அப்பா, சித்தப்பா இருவரும் படம் வரைபவர்கள். நண்பர்கள் வீட்டுத்

திருமணங்களுக்குப் படங்கள் வரைந்து, அதையே திருமணப் பரிசாகத் தருபவர்கள்.

"சின்ன வயதிலேயே நான் மிகச் சிறந்த ஓவியங்களைப் பார்த்ததும், வரைய ஆரம்பித்ததும், என் மாணவப் பருவத்தில் கோட்டோவியங்கள் வரைய நான் எடுத்துக்கொண்ட பயிற்சியும் தான் அதிகமா நான் ட்ராயிங் பண்றதுக்கான காரணங்கள்" என்று சொல்லும் மருதுவைக் கல்லூரிப் பருவத்தில் இம்ப்ரஷனிஸம், சர்ரியலிசம், க்யூபிஸம், எக்ஸ்பிரஷனிசம் எனப் பல இசங்கள் பாதித்துள்ளன. ஜெர்மானிய எக்ஸ்ப்ரஷனிசமும் அதை வெளிப்படுத்திய ஓவியர்களும் அவருக்குள் பெரும் பாதிப்பை ஏற்படுத்தியுள்ளனர். அவர்களின் சோதனை முயற்சிகள், அர்ப்பணிப்பான உழைப்பு ஆகிவையே இவரிடம் பெரும் பிரமிப்பை ஏற்படுத்தியுள்ளன. குறிப்பாக எந்த ஒரு இசத்தையும் பின்பற்றி இவர் வரையவில்லை என்றாலும், இவரது ஓவியங்களை வகைப்பாட்டுக்காகப் பகுதி அரூப (செமி அப்ஸ்ட்ராக்ஷன்) வகையைச் சார்ந்தது எனச் சொல்லலாம். ஆனால் எல்லா இசங்களின் தாக்கமும் நிறைந்த ஒரு பன்முகக் கோணம் கொண்டவை இவரது ஓவியங்கள் என்பதையும் சொல்லியாக வேண்டும்.

கல்லூரிக் காலத்தில் தனபால், சந்தானராஜ், தட்சிணாமூர்த்தி, அல்போன்ஸோ, அந்தோணிதாஸ் போன்ற ஆசிரியர்கள் வழியே தான் கற்ற மேலை நாட்டு ஓவியங்களிலிருந்து, வசீகரத்திற்காகவோ, புகழுக்காகவோ, எந்த ஒன்றையும் பின்பற்றி வரையாமல், அதன் மேன்மைக் கூறுகளைச் சரியாக உள்வாங்கிகொண்டவர் மருது. மரபின் வேர்கள் ஆழமாக இருந்ததால், தான் கற்ற எல்லாவற்றை யும் தமிழ் மரபின் மீதும் கலாச்சாரத்தோடும் பொருத்திப் பார்த்துள்ளார். மேலை நாட்டுத் தொழில் நுட்பத்தை, நம் தமிழ் மண்ணின் விழுமியங்களில் பாய்ச்சி, ஒரு புது வித ஓவிய வெளியைத் தனக்கென உருவாக்கிக் கொண்டவர் மருது. பிரதி போல் இல்லாமலும் தனித்த கற்பனா லய வேகம் கொண்டதாக வும் அவரது ஓவியங்கள் துலங்க இதுவே காரணம்.

கடந்த நூற்றாண்டில் ஓவியம், சிற்பம், கணிப்பொறி வரைகலைப் படங்கள் (அனிமேஷன்), படக்கதைகள், புகைப்படம், திரைப்படம் எனக் கலையின் பல தளங்களிலும் ஊடுபாவாய் ஊடாடி, அவைகளிடையேயான மெல்லிய எல்லைக் கோடுகளை இல்லாமல் ஆக்கிய ஜார்ஜ் மில்லிஸ்ஸில் தொடங்கி, அவர் போலவே இயங்கிய அனைத்து ஓவியர்களுமே என்னைப் பாதித்தவர்கள் என்கிறார் மருது.

“ஐரோப்பாவில் போலந்து, செக்கஸ்லோவோக்கியா போன்ற நாடுகளில், அறுபது மற்றும் எழுபதுகளில் இயங்கிய ஓவியர்கள், குறிப்பாக, ஜெர்ரி த்ராங், ஜேர்ன் லேனிகா, ஹானிஸ் எடில்மேன், ஸோல் பாஸ், ஸ்டின் பர்க் போன்ற கலைஞர்கள், ஓவியம் என்ற ஒரு பிரிவோடு நில்லாமல், அதன் துணைக் கலைகளோடும் இணைந்து விளையாடி சாதனை படைத்தவர்கள். அவர்களே என் ஆதர்சம். பன்முகக் கலையில் ஒருங்கிணைப்பாக செயலாற்றிய, இக் கலைஞர்களின் ஒற்றைப் படத்தை வைத்துக்கொண்டே அவர்களை நான் தேடிக் கண்டடைந்து குதூகலிப்பேன். உதாரணமாக, ஹார்ட் புக்கினின் ஒரு படத்தை வைத்துக்கொண்டே நான் வெகு காலம் அலைந்ததைக் குறிப்பிடலாம். எழுபதுகளிலேயே என்னைத் துரத்திய அந்தத் தேடல்தான் என் சக கலைஞர்கள் அப்போது தொட பயந்த கணிப்பொறிக்குள் என்னைத் தூக்கிப் போட்டது” என்கிறார். இந்தப் பின்புலத்தில் மருது சொல்லும் இக்கருத்து, மிகுந்த பெறுமதி பெறுகிறது: “இருநூறு ஆண்டுகளாக நமக்குச் சொல்லித்தரப்பட்ட கலை இலக்கிய வரலாறு முழுமையானதல்ல. தமிழர்களின் பங்களிப்பை மறைப்பதால் நம் வரலாற்றின் ஒரு பெரும் பகுதி மறைக்கப்பட்டுள்ளது. இந்தியக் கலை வரலாற்றில் பரவலாகக் காணப்படுபவை எல்லாம் வட இந்தியாவின் கலை வரலாறு மட்டுமே. தென்னிந்தியக் கலை வரலாறு அதற்கும் முந்தையது. வட இந்திய வரலாற்றின் பின்னணியைக்கூடத் தென்னிந்திய வரலாற்றைத் தெரிந்துகொண்டாலொழிய முழுமையாகத் தெரிந்துகொள்ள முடியாது. காலனிய ஆதிக்க வழிவந்த காண்பியல் மரபு நம்மிடம் ஏற்கனவே இருந்த மரபின் பொக்கிஷங்களை மறைத்துவிட்டது. அதுவே நம் ஓவியக் கலை மரபு, வட இந்தியாவிலிருந்து தொடங்குவதான மாயையை உருவாக்கிவிட்டது. இந்திய மரபென்பது, பெங்காலிய மரபிலிருந்து தொடங்குவதாய்த் திரித்துச் சொல்லப்பட்டு, அதுவே இந்தியத் தன்மை உடையது என்று தவறாகவும் நிறுவப்பட்டுள்ளது. தமிழின் தொன்மை மிகு தொடர்ச்சிக்குக் கல்வெட்டு, குகை ஓவியங்கள், சுவடிகள், கோயில்கள், இலக்கியம் என்று பல தரப்பட்ட ஆவணங்களை நாம் ஆதாரத்தோடும் கர்வத்தோடும் முன் வைக்க முடியும். இது ஏதோ இன உணர்வில் சொல்லப்படுகிற ஆவேசக் கூற்றல்ல. நம்மை நாமே அறியத்தராமல் இருந்த கொதிப்பில் நான் சொல்வது.” காலனிய ஆதிக்கம் நம் கலைக்குச் செய்த பக்க உபாதைகளில் இதுவும் ஒன்று என்று அவர் சொன்னதோடு நில்லாமல், இந்திய கலைப்பரப்பில் தென்படும் முட்டங்களைக் கலைத்துவிட்டுத் தமிழ்த் தன்மையை நோக்கி நம் கலைஞர்கள் செல்ல வேண்டிய வெளியை உருவாக்க அவர் கனவு காண்கிறார். இந்தியக் கலையின் தலைச்சன் தமிழ்க்

கலை மரபே என்பதை நிறுவ இன்று அவர் மேற்கொண்டுவரும் முயற்சிகள் முக்கியமானவை.

தமிழகத்தின் அரசியலால், கலை இலக்கியத்துள் நிலவும் அரசியலால் மறந்துவிட்ட பலப்பல வரலாற்றுக் கதாபாத்திரங் களை, சரித்திர நாயகர்களை, பழங்காலத்து சாமானிய மனிதர் களை, எழுத்தாளர்களை, கலைஞர்களைத் தன் ஓவியங்கள் மூலம் ஆவணப்படுத்தியவர் மருது. சென்ற தலைமுறையினரின் புகைப்படங்கள்கூடக் கிடைக்காத சூழலில், அவர் இருட் குகைக்குள் பயணித்து நம்பகமான ஆதாரங்களைக் கண்டடைந்து, அதன் அடிப்படையில் மீட்டுருவாக்கம் செய்து தந்துள்ள ஓவியங்கள் தமிழகத்துச் சித்திர ஆவண சம்பத்துக்கள்.

அரசியல் பார்வையும் கலை நோக்கும் போலி பிம்பங்களைக் கலைத்து, அசல் பிம்பங்களைக் காட்சிக்கு வைக்கும் கரிசன ஆசையுமாய், அவர் வரைந்தளித்த ஓவிய புத்தகம் 'வாளோர் ஆடும் அமலை'. அச்சு அசலான தமிழ் மன்னர்களை நம் கண்முன் ஓவியமாய் நிறுத்த அவர் எடுத்துக்கொண்ட உண்மையான அர்பணிப்பே இது. பல ஆண்டு ஆராய்ச்சிக்குப் பிறகு வெளிவந்த இந்த ஒற்றை ஓவியப் புத்தகமே, அவர் கொண்ட தமிழ் நிலக் காதலுக்குச் சான்று.

சமூகப் பிரச்சனைகள் சார்ந்த விஷயங்களில் ஒதுங்கி நில்லா மல் பல போராட்டங்களிலும் ஒரு ஓவியக் கலைஞனாய், அவர் தன்னை அவற்றுக்குள் இணைத்துக்கொண்டதற்கு, அவரது ஓவியங்களே சான்றாக நிறைந்து கிடக்கின்றன. எண்பதுகளில் துவங்கிய ஈழப் பிரச்சினையில், அங்கு இயங்கிய பல்வேறு இயக்கங்களுக்காக, ஒரு கலைஞனாய்த் தன் பங்களிப்பைத் தொடர்ந்து செய்தவர் மருது. இலங்கையில் தகித்துக் கிடந்த போர்ச் சூழலிலும்கூட, அங்குச் சென்று, ஓவியம், புகைப்படம் என்று பதிவு செய்ததையும் போராட்டத் தலைவர்களைச் சந்தித்து உரையாடியதையும் அதனின் நீட்சியே.

அரசினர் கலை மற்றும் கைவினைகள் கல்லூரியில் ஓவியம் பயின்றதோடு, கலை, இலக்கிய, அரசியல், வரலாறு பற்றிய பிரக்ஞையோடும் ஓவியம், பத்திரிகை, வடிவமைப்பு, திரைத்துறை, அனிமேஷன் எனப் பல தளத்திலும் இயங்கிவரும் பன்முக ஆளுமை கொண்டவர் மருது. தன் போக்கில், கற்பனா வேகத் திளைப்பில், அவர் வரைந்தளித்த ஓவியங்களைச் சிற்றிதழ்கள் கொண்டாடினாலும், வணிக இதழ்களில் தீவிர ஓவியங்களைப் புகுத்த அவர் சமரசம் கொள்ளாத ஒரு சமர் புரிய வேண்டியிருந்தது. தீராமல் போராடி அவர் வென்றார். வண்ணங்களின் வடிவங் களின் வழியே அவர் நடத்திய போராட்டமும் இன்று இவ்வகை

ஓவியங்களுக்குப் பொது வெளியில் தயக்கமில்லாத களம் ஒன்றை அமைத்துத் தந்திருக்கிறது.

உருவ ரூப ஓவியங்களை, உருவ அரூப ஓவியங்களைக் கற்பனா படிமங்களோடு வரையும் மருது, ஏற்கனவே பத்திரிகைகள் வழியாக நாம் உள்வாங்கிக்கொண்டிருந்த ஒற்றைத் தன்மையோடான உருவச்சிக்கலை மாற்றி அமைத்தார். விளக்கப்பட (இல்லஸ்ட்ரேட்) ஓவியனின் பார்வை வழியே பாத்திரங்களை வாங்கிப் படைப்புக்குள் செல்லும் முறைமையைத் தன் ஓவியங்கள் மூலம் மௌனமாக மாற்றினார் மருது. அதன் மூலம் வாசகர்களுக்கு ஒரு சுதந்திர படைப்பு வெளியைத் திறந்துவிட்டார். அதன் வழியாகவே நவீன ஓவியம் பற்றிய பல மனத்தடைகளை உடைத்து முன்னேறினார். ஆனால், அதே சமயம் தேர்ந்த விளக்கப்பட ஓவியர்களின் (இல்லஸ்ட்ரேட்டர்களின்) வழியை அவர் புறக்கணிக்கவும் இல்லை; அவர்களைப் பற்றி உரிய இடங்களில் குறிப்பிடத் தயங்கவுமில்லை.

தன் கோடுகள் வழியாகவே அதிகபட்சமான தமிழர்களைச் சென்றடைந்த நவீன ஓவியக் கலைஞன் மருதுவாக மட்டுமே இருக்க முடியும் என்று சொன்னால், அது மிகையான கூற்று அல்ல. ஆனால், இந்நிலையை அடைய ஆயுள் முழுசும் நிம்மதியாக இருக்க வாய்த்த அரசு வேலையை அவர் உதறினார். படைப்பின் செயல்பாட்டுச் சுதந்திரத்தின் மேலிருந்த தாகமும் பரீட்சார்த்த முயற்சிகளின் மேல் அவர் கொண்டிருந்த மோகமுமே அவர் வேலையிலிருந்து வெளிவரக் காரணமாக அமைந்தவை.

ஓவியக் கண்காட்சியின் சுவர்களைத் தாண்டிய பொது வெளியில், ஏகாந்தமாய்ச் சுற்றித் திரிவதில் அவர் கொண்டிருந்த எல்லையற்ற மகிழ்ச்சியே எல்லா விதமான பத்திரிகைத் தளங்களிலும் அவரைத் தொடர்ச்சியாய் இயங்க வைத்தது. இப்படிச் சிறு, பெரும் பத்திரிகைகள் வழியே, திடமான தெளிவோடு இயங்கிய இயக்கத்தின் மூலம், காண்பியல் விழிப்புணர்வை அனுபவமாகவும் சிந்தனையைக் கிளர்த்துவதாகவும் அவர் ஏற்படுத்திக்கொண்டே இருந்தார். தீவிர கலைப் படைப்பைப் பொதுத் தளத்தில் வைத்து விளையாடுவது என்பது ஒரு சவால். அதில் முழுநேரம் தீரமாய் நம்பிக்கையாய் இயங்கி அதை எல்லோரும் ஏற்கும்படியான ஒரு சூழலை உருவாக்கியதில் மருது ஒரு முன்னோர்.

பத்திரிகைகளில் அவர் வரைந்திருந்தாலும், படைப்புத்திறனில் அவ் ஓவியங்கள் சாதரண பொருள் மீறி, மேலும் சில அர்த்த அடுக்குகளைத் தன்னுள் கொண்டிருந்ததால், ஒரு சாதாரண விளக்கப்பட ஓவியனுக்கு நிகழ்கிற தேக்கமும் படைப்பின்

போதாமையும் அவருக்கு நேரவில்லை. தமிழ் நிலம், தமிழர் மரபு, தமிழர் கலைகள், கலைஞர்கள் என்றே அவர் பயணப்பட்டு வந்திருப்பதால், நவீன பாணியில் அவர் வரைந்தாலும் ஓவியத்துக்குள் ஒரு தனித் தமிழ் ஓவிய மொழியைக் கட்டமைத்தவர் என்றும் அவரைச் சொல்லலாம்.

கணிப்பொறி வரைகலைத் துறையில் இருபது ஆண்டுகளாக இயங்கிப் பல முன்னணி அனிமேஷன் கலைஞர்களை உருவாக்கியவர் மருது. ஒளிப்பதிவாளர்கள் பலரும் இவரைத் தேடி வரும் இதமான சூழலைத் தன் சுபாவத்தின் மூலம் உருவாக்கிய இவர், அவர்களின் நுண்மையான கலை உருவாக்கத்துக்கு இன்றளவும் பங்களித்து வருகிறார்.

தேர்ந்த சங்கீதக் கலைஞனின் ராக சஞ்சாரம் கேட்பதைப் போல லயிப்பை ஏற்படுத்துவது மருதுவின் உரையாடல். சம்பாஷணையில் தேர்ந்த இவரது பேச்சிலும் செயலிலும் இந்த வேகத்தைக் காண முடியும். தொடர்ச்சியற்ற பல்வேறு விஷயங்களைப் பயணத்துக்குப் புறப்பட்டுக் கொண்டிருக்கிறவனின் அவசரத்தோடும் அதே சமயம் தெளிவாகவும் புலப்பட வைப்பவர் மருது. ஒரு நிமிடம் அவரால் அசையாமல் இருந்து பேச முடியுமா என்று எனக்குத் தெரியவில்லை. படைப்பிலிருக்கும் அசைவுக்கும் படைப்பாளிக்குள்ளிருக்கும் இந்த அசைவுக்கும் எனக்கு வேறுபாடு தெரியவில்லை. ஒரு வகையில் தன் இருப்பையே அசையும் ஓவிய கணங்களாக மாற்றுகிறாரோ என்ற எண்ணத்தில் நம்மைத் தடுமாற வைப்பது அவர் வேகம். அவரது கல்லூரிக் காலம் முதல் இன்றைய அனிமேஷன் காலம் வரை அவரைத் துரத்தும் இந்த வேகம் இன்னொரு வகையில் பார்த்தால் அவரது இயக்கத்தின் வேகம். அவர் மனோ வேகத்திலிருந்து தூரிகைக்கு இடம்பெயர்ந்த வேகம். இந்த அபூர்வமான தன்மையை மருதுவின் பெரும்பாலான ஓவியங்களில் காண முடியும். பரந்துபட்ட அறிவும், பல்கலைத் திறனும், சலியாத உழைப்பும், புத்துணர்வின் சூழலைத் தானே ஏற்படுத்திக்கொள்ளலும் காலத்திற்கு முந்தி நிற்கும் வேகத்தை அவருக்கு அளிக்கிறது போலும்.

ஆதிமூலத்தின் ராஜாக்கள் போல, பாஸ்கரின் பூனைகள் போல, மருதுவின் குதிரை வரிசையும் புகழ் பெற்றது. குதிரை, அவரைப் பொறுத்தவரை வேகத்தின் குறியீடு. ஒரு நிலைத்த காட்சியிலும் வேகத்தைக் கொண்டுவந்துவிடுகிற மருது, வண்ண ஓவியம், கோட்டோவியம், எழுத்துருக்கள் என எல்லாவற்றிலும் எப்படியோ எம்பிப் பாயும் ஒரு வேகத்தைக் கொண்டுவந்து விடுகிறார்.

“ஒன்றில் ஆழ்தல் என்ற பெயரிலோ, அல்லது ஆராய்ச்சி என்ற பெயரிலோ, எந்த ஒன்றுக்குள்ளும் போய் சொகுசாய் என்னை இருத்திக்கொள்ள இயலாது. ஒரே சட்டையை முப்பது வருஷம் போடுகிறவனும் நானல்ல. நான் சுகந்தமான காற்றைப் போலக் கணந்தோறும் கடந்து போக விரும்புகிறவன்” என்று சொல்லும் மருது, எந்த ஒன்றுக்குள்ளும் எதிலும் தேங்கிவிடாமல், அதே சமயம், எல்லாப் பரப்புகளையும் கடந்து பயணித்தபடியே, தன்னைப் புதுப்பித்துக்கொள்ளும் யத்தனத்தில், அறிவைத் தேடும் முயற்சியில், கொண்டாட்டமாக ஈடுபடுகிறார். இருள் மண்டிய புதிய பகுதிகளுக்குள் காதலோடு பிரயாணித்துப் புதியதைக் கண்டுபிடித்துப் பரவசம் கொள்வதோடு அடுத்த தலைமுறையோடு அதைப் பகிர்ந்துகொள்ளவும் செய்கிறார்.

உலகின் அருங்காட்சிகளுக்கெல்லாம் சென்று வரலாற்று ஓவிய அரசியல் அறிவை மேலும் விசாலாமாக்கிக்கொண்ட மருது, டிஜிட்டல் தொழில்நுட்ப உத்திகளையும் கற்றுத் தெளிந்து, முதிர்ந்த பக்குவத்தோடு மின்னணு ஓவியத்தில் இன்று புதிய சாளரங்களைத் திறந்துவிட்டிருக்கிறார். நவீன ஓவியர்களில் எதிர்காலவியல் சிந்தனை கொண்ட மருது, தன் சகாக்களுக்குப் புதிய ஒன்றைக் காட்டி, அதை அவர்கள் காணும் கணத்தில், இன்னொரு புதியதைத் தேடிக் காத தூரம் கடந்து சென்று விடுகிறார்.

ஓவியர் ராமானுஜம் சாலைகளிலும், ஓவியக் கல்லூரி வாசலிலும், தன் ஓவியங்களைப் பார்வைக்கு வைத்துச் சென்றது போல, முகநூலில் நிலைத்தகவல் பகுதியில், வாரம் இரண்டொரு முறை கண்ணுக்குத் தெரியாமல் வந்து, தன் ஓவியங்களை இப்போது பார்வைக்கு வைத்துவிட்டுப் போகிறார் மருது.

மருதுவின் அட்டைப் படங்களோடு புத்தகம் வருவதை எழுத்துலகம் கௌரவமாக நினைத்த காலம் கடந்து, இன்று அவரே ஒரு ஓவிய எழுத்தாளனாகவும் உருவெடுத்துள்ளார். ‘கோடுகளும் வார்த்தைகளும்’ என்ற தனது கட்டுரைத் தொகுதி மூலம் ஓவியக் கலை சார்ந்த எழுத்து முறைமைகளுக்குப் புதிய சொல்லாக்கங்களைக் கொடையளித்து வருகிறார். தன் வரலாறு போலவும், அதே சமயத்தில் தமிழக அரசியல் கலை திரைப்பட நிகழ்வுகளின் சாட்சியாகவும் அவர் எழுதியுள்ள கட்டுரைகளும் உலகளாவிய ஓவியம் சினிமா பற்றிய கட்டுரைகளும் தமிழ் இலக்கிய உலகிற்குப் புதுவகை வரவு.

ஒவ்வொரு ஓவியனின் கோடுகளும் அவனுடைய நாடித் துடிப்பு. அதில் அவனது நேர்மை, உண்மை, சமூக அக்கறை,

கோபதாபம், எல்லாமும் அதில் வெளிப்பட்டுவிடும். அப்படி நேரடியான விஷயங்களைத் தாண்டி, மன உணர்வுகளையும் பதிவு செய்த அவரது கோட்டோவியங்கள், 'ஸ்கெட்ச் புக் பகுதி ஒன்று' என்ற தலைப்பில் சமீபத்தில் தடாகம் வெளியீடாக வந்துள்ளது.

தேர்ந்த கூத்து கலைஞனைப் போல் விதவிதமாய் பாவம் காட்டும் முகம், இலக்கிய ஞானம், அறச்சீற்றம், பேச்சினூடே மிளிரும் பல் துறை அறிவு, கணிப்பொறி, இணையம், ஐ பேட் என எல்லாவித நவீன ஊடகங்களின் பரிச்சயம், நேற்றுதான் கல்லூரி முடித்த மாணவனைப் போல் துள்ளும் உற்சாக மனசு, தளும்பும் சிரிப்பு, இப்படி எல்லாக் கோடுகளும் இணைந்த சேர்மானம் மருது.

மதுரை சாலைகளில் அரசியல் விளம்பரம் எழுதத் துவங்கிய மருதுவின் விரல்கள் இன்று ஓவியத்தில், இலக்கியத்தில், நாடகத்தில், திரைப்படத்தில், கார்ட்டூன் படத்தில், அனிமேஷன் படங்களில், கிராஃபிக் நாவலில் தடம் பதித்தபடி பயணிக்கின்றன.

மெழுகுவர்த்தியின் ஜ்வாலையில் கார்டர் எகிப்திய நாகரீகத்தைக் கண்டு உலகத்துக்குச் சொன்னதுபோல, மருது தன் கோடுகளின், வண்ணங்களின், வடிவங்களின், எழுத்துகளின் மூலம் விதவிதமான செய்திகளோடும் வரலாற்றோடும் நம்மிடையே பரவசமாய் உரையாடிக்கொண்டேயிருக்கிறார், நம்மில் பலர் கேட்காவிட்டாலும். தன்னலமற்ற கலைஞர்களது காத்திரமான குரல், எதையும் கோராது, தனக்கான வெளியில் எப்போதும் ஒலித்துக்கொண்டேதானிருக்கிறது.

தீராநதி, ஜூலை 2013

காமம் ததும்பும் பெண்ணுடலும் திமிரும் குதிரையின் மூர்க்கமும்

ஆயிரக்கணக்கான ஓவியங்களை மாய்ந்து மாய்ந்து வரைந்து, அதிலேயே திளைத்து சுயதிருப்தி அடைந்து, கால இடைவெளிகளில் காட்சிக்கு வைத்தலோ, பகிர்தலோ, விமர்சனக் கோரலோ எதுவுமின்றி, காலத்தை விச்ராந்தியாய்க் கடத்தி, அதிலேயே அமைதியுறும் ஓவியர்கள் சிலருண்டு. தொடர் தேடலும் உள்ளடக்கத் தேர்வின் மாற்றமும் சாதக பாதகக் கருத்துகளை எதிர்கொள்ளலும் செயலூக்கமும் ஓவிய மொழியில் எதிர்வினை யாற்றலும்கூட ஓவியச் செயல்பாட்டின் சரிபாதி இயக்கமே. ஆனால், இவ்வகையில் பெரிய கலைஞர் களும் இருக்கின்றனர் என்பதுதான் நகைமுரண்.

இளம் வயதிலேயே, குறைந்தபட்ச ஓவியங்களோடு தன் ஓவிய ஆளுமையை வெளிப்படுத்தி, தொடர்ந்து இயங்கி, உள்ளடக்கத்தில், வரை மொழியில், வெளிப் பாட்டில் சோதனைகள் செய்தபடியும் பிறதுறைக் கலைஞர்களோடு இணக்கமாய் பயணித்தும், சில கலைகளுடன் பரிச்சயம் கொண்டும், உரிய நேரத்தில் சரியாகக் காட்சிக்கு வைத்தும், ஏற்றதாயிருப்பின் விமர்சனங்களை எதிர்கொண்டும் செழுமையாய்த் தொடர்ந்து இயங்கிவருபவர்களும் உண்டு.

இது இரண்டிலும் சேராது, அடிப்படை கல்வித் தகுதியை மட்டுமோ, அல்லது அதுவும் இல்லாமலோ, அரைகுறையாய் செயல்பட்டு, நோக்கு ஏதுமின்றி, பரபரப்பாய் ஆர்வக்கோளாறாய் வரைந்துவிட்டு, அதீதமான அர்த்த வியாக்கியானங்களைச் சொல்லி

அரட்டைகளை நிகழ்த்தி, கூட்டங்கள் நடத்திக் கூச்சலிட்டு, தற்காலிகப் பரிசுகளும், போதைப் புகழும், ஊடக அங்கீகாரங்களும் கலை மேன்மையறியாதவர்களிடம் ஓவியம் விற்ற போலிப் பெருமிதங்களும் பொருந்தா விருதுகளும் பெற்றுக் காணாமல் போகிறவர்களும் உண்டு.

இந்தப் பின்னணியில் ஓவியர் ஜே.கே. என்கிற மாணிக்கம் ஜெயக்குமார் ஆரவாரமற்ற கலைஞராக வெளிப்படுகிறார். இவர் சிறந்த கோட்டோவியக் கலைஞர். மெட்டுக்குப் பாடல் புனையும் ஆற்றல் பெற்றவர். ஜெயகாந்தனோடும் கண்ணதாசனோடும் நேரிடையாகப் பழகி, தமிழின் ருசி அறிந்தவர். மரபார்ந்த நல்ல தமிழ்க் கவிதைகளை மனப்பாடமாய்த் தாள லயம் மாறாமல் சொல்லும் திறன் பெற்றவர். திரைத்துறையின் கலை இயக்குநர்.

நவீன ஓவியங்கள் சமூகத்தாலும் பிற கலைஞர்களாலும் புறக்கணிக்கப்பட்டு, எதிர்மறைக் கருத்துகளும் பாராமுகமும் ஏளன ஏகடியங்களும் நிலவிய அறுபதுகளில், ஒரு மாணவனாய்த் தன் ஓவிய வாழ்வைத் துவங்கியவர் ஜே.கே.

சந்தானராஜ், அல்போன்ஸா, முனுசாமி, அந்தோணிதாஸ், வரதராஜன், ஆர்.பி. பாஸ்கரன், கிருஷ்ணா ராவ், விஸ்வநாதன் போன்ற அரும்பெரும் கலைஞர்களிடம் படிக்கும் பழகும் வாய்ப்பினைப் பெற்றவர். ஓவியத் திறனுக்காக பிரிட்டிஷ் கவுன்சிலின் நல்கை பெற்று, இங்கிலாந்து சென்று படித்துத் திரும்பியவர்.

பத்தொன்பதாம் நூற்றாண்டின் பிற்பகுதியில் செசானில் துவங்கிய நவீன ஓவிய மரபு, இங்கு வேறூன்றித் தளிர்விடப் பல காலம் வேண்டியிருந்தாலும் அறுபதுகளின் துவக்கத்திலேயே, எல்லாவிதப் புறக்கணிப்புகளையும் மீறி, இடையறாது தொடர்ந்து இயங்கி, தமிழ் மரபின் தீற்றல்களோடு தன்னை ஸ்தாபித்துக் கொண்ட பல கலைஞர்கள் தமிழில் உண்டு.

எல்லாமும் அமைந்திருந்த சூழலிலும் முழு அர்த்தத்தில் முழுவீச்சில், ஜே.கே. ஏன் இயங்காமல் போனார் என்ற கரிசனக் கேள்வி என்னுள் எழாமல் இல்லை. அதீதமான உழைப்பை இதனுள் செலுத்திய ஜே.கே.வுக்கு, அனுபவங்கள் ஏராளம். படைப்புக்கு ஊறு செய்யாத இதமான குடும்பம். வேண்டியதை வேண்டியபடி வாங்கி வரையும் சௌகரியம். ஆனாலும் ஜே.கே. உழைத்த அளவு ஏன் அறியப்படவில்லை?

இவரது கோட்டோவியங்களின் வித்தைச் சுழலில், சமயங் களில் என் மனம் கிறங்கிப் போனதுண்டு. ஸ்ருதி பிசகாது,

தாளம் பிசகாது கோடுகள் சென்ற பயணத்தின் வழித்தடம் வழியே எழும்பும் சுநாதம் அது. என்ன வருமென அனுமானிக்க முடியாது, ஒற்றைப் புள்ளியில் துவங்கி, கையை எடுக்காமல் அவர் கோட்டோவியங்களை வரைந்து முடிக்கும் மாயத்தை நான் கண்டிருக்கிறேன். நகாசு வேலைகளுக்கான மெனக்கெடல் தனி. வெறும் தொழில்நுட்ப வித்தையாகத் தேங்கிவிடாமல் படைப்பாகவும் அவை உருக்கொள்ளும் தருணங்களையும் நான் பார்த்ததுண்டு.

இரு உருவங்கள் கொண்ட ஒரு படத்தில் நடுவில் அவர் வரையும் ஒற்றை நெளிகோடு எந்த உருவத்திற்கானது எனத் திகைக்கவைத்து, இரு பொருள் உரைத்துத் தடுமாற வைக்கும் எதிர்முரண் கோடு, படத்தில் இயல்பாய் வந்து விழும் லாகவம் ஒரு ஆச்சரியம்.

கோடுகளை உரையாடலாய் மாற்றிவிடுகிற வல்லமை, பூர்த்தி செய்யப்படாமல் சமிக்ஞை போல விடப்பட்ட வெளியின் மூலம், பார்வையாளனைப் படைப்புக்குள் உள்ளிழுத்து அவனை யோசிக்க வைப்பது போன்றவை எல்லோர்க்கும் அவ்வளவு எளிதில் வாய்த்துவிடுகிற ஒன்றல்ல.

கோடுகள் அதன் அர்த்தம் பிறழ்ந்து, உணர்வின், கற்பனையின் ஏகாந்த லிபியாய் உருமாறும்போதுதான், கோடுகளின் இருப்பு, கோட்டோவியம் என்ற இடத்திற்கு நெருங்கிவருகிறது. ஜே.கே. மிகச் சில படங்களில் அதை நிகழ்த்திக் காட்டியிருக்கிறார். அது அவரது பங்களிப்பு. கோடுகளின் பாதையில் யாருடைய பாதிப்புகளும் இன்றி, தன் வழியில் அவர் அயராது விதைத்து காத்ததில் விளைந்த விளைச்சல் அது.

தென்னிந்தியக் கோட்டோவிய வரலாற்றினைச் சென்னையி லிருந்தே நாம் தொடங்க வேண்டியிருக்கிறது. இது பதிவு செய்ய வேண்டிய ஒரு வரலாற்று உண்மை. புழங்கிவந்த மரபின் சாரத்தை உள்வாங்கியபடியே நவீன கோட்டோவிய மொழியை, ஹெப்பாரும் சந்தானராஜும் ஆதிமூலமும் துவக்கிவைத்தனர். இதில் சந்தானராஜைத் தென்னிந்திய கோட்டோவியத்தின் பீஷ்மர் என்றே குறிப்பிட வேண்டும். அந்தக் கலைஞர்கள் தந்து சென்ற கோட்டோவியத் தடத்தில் மருதுவும் பழனியப்பனும் சந்துருவும் ஜே.கே.வும் மனோகரும் நடேஷும் இன்னும் சிலரும் இன்றும் தொடர்கின்றனர். இன்றைக்கு வரைந்துவரும் மார்க்கு, ராஜ்குமார் ஸ்தபதி, ஞானப்பிரகாச ஸ்தபதி போன்றோரையும் இதில் சேர்த்துக்கொள்ள நான் ஆசைப்படுகிறேன்.

பல ஆண்டுகள் அருகிருந்து வாழ்ந்தாலும் பெண் இன்னும் ஆணுக்குப் புரியாப் புதிரே. அந்தப் புதிரின் வசீகரமே அவனை சதா ஈர்த்தபடி இருக்கிறது. கொப்பளிக்கும் காமம், கலைஞனின் தூரிகையிலிருந்து அவன் கித்தானில் எகிறித் தெறிக்கிறது. பெண்ணை, அவள் இயல்பின் மென்மையிலிருந்து மாற்றிப் போடுகிறார் ஜே.கே. ஆணின் மதர்ப்பும் அவனது புஜபல பராக்கிரமும் திரள் சதையும் கொண்ட பெண்ணைத் தன் படைப்பு வெளியில் உலவவிடுகிறார். சொல்லாத சேதிகளைச் சொல்லியபடி கம்பீரமாய் நிற்கும் பெண்கள். பெரும்பாலும் துகில் உதறிய பெண்கள். அவர்கள் அரையை மறைக்க அவர் அரசிலை போட்டாலும் அதையும் பக்கவாட்டில் திருப்பிவிட்டுவிடுகிற பெண்கள். எவ்வளவு விதவிதமான கோணங்களில் பெண்களை நிலைநிறுத்துகிறார் ஜே.கே.

இன்னொரு பக்கம் தீராக் காமத்தின் துள்ளல், குதிரையாய் உருவெடுக்கிறது. அடங்க மறுக்கும் குதிரைகளும் எருதுகளும் முலைகளின் ஸ்பரிசத்தில் சாந்தம் கொள்கின்றன. பெண்ணின் ஸ்பரிசத்தில் எக்களித்துக் குதூகலிக்கும் குதிரை. பெண்ணின் ஆடையற்ற ஆரோகணிப்பில் பரவசம் கொள்ளும் குதிரை. சோகம் ததும்பத் தனிமையில் வாடும் குதிரை என விதவிதமாய்க் குதிரைகள் அவரது படைப்புகளெங்கும் திரிந்து கொண்டிருக்கின்றன.

எம்.எஃப் உசேனின் குதிரைகள் போல, ஜே.கே.வின் கோட்டோவியக் குதிரைகள் முன்னங்கால்களைத் தூக்கிக் கனைக்கின்றன. ஆவேச ஓட்டமாய் ஓடி வருகின்றன. உடல்மொழி யில் ததும்பும் இயக்கவிசையோடு வால்களில் சடை பின்னிக் களித்துத் துள்ளுகின்றன. சில சமயம் பெண்ணுடல் கண்டு நாணுகின்றன. சுருண்டு படுத்துக்கொள்கின்றன. இன்னும் உங்கள் லாயத்தின் வெளியில் எத்தனை குதிரைகள் ஜே.கே?

பாலுறவின் வேட்கையும் அது முடிந்த பின் மரணத்தின் பீதியுமே மனிதனை இயக்கும் மனவிசை என்கிறார் பிராய்ட். ஜே.கே.வின் சமீப ஓவிய உள்ளடக்கப் பரிமாணங்களில் அதைக் காண முடிகிறது.

ஆண் உடலைக் கொண்டாடிய மைக்கேல் ஆஞ்சலோ போல, பெண் உடலைக் கொண்டாடுகிறார் இவர். அந்தக் குதூகலிப்பில் கோடுகள் ஜதி கூட்டி ஆடுகின்றன. ஹென்றி மத்திஸீன் பாதிப்பில் இவரது படைப்பில் புகுந்த பெண்கள் இவரை ஆட்டித்தான் வைத்திருக்கிறார்கள்.

ஏன் இவர் இந்த உள்ளடக்கங்களிலேயே லயித்துக் கிடக்கிறார்? எல்லாவற்றையும் ஏன் இதன் வழியாகவே சொல்லத் தவிக்கிறார்?

எருது, யானை, பாம்பு, பறவைகள், நாய், பூனை, ஆணுடல் என வேறு சில உள்ளடக்கங்களில் இவர் கோடுகள் அவ்வப்போது வலம் வந்தாலும் குறிப்பிட்ட இவ்விரு உள்ளடக்கங்களிலேயே இவர் மனம் ஏன் நங்கூரமிட்டிருக்கிறது?

கலைஞனின் வாழ்வும் படைப்பின் மூலப்பொருளும் ரகசிய உறவு கொண்டவை. அவன் எத்திசை சென்றாலும் அவனையும் அறியாமல், ஆழ்மனப் படிமங்கள் அவனை ஒரு திசை நோக்கியே இழுத்து வரும். இதற்குப் பல உதாரணங்களைச் சொல்ல முடியும்.

குவாண்டம் தியரி பற்றித் தெரியாமல், அலெக்சாண்டர் கால்டரை எப்படிப் புரிந்துகொள்ள முடியாதோ, ரோட்மேக்கர்ஸ் வரிசையை அறியாமல் எப்படி ராய்சௌத்ரியின் உழைப்பாளர் சிலையை முழுமையாய் உள்வாங்க முடியாதோ, முனுசாமியின் வாழ்க்கைச் சம்பவங்களைப் பற்றித் தெரியாமல் எப்படி அவர் பெண் வரிசையின் மேன்மையைத் தெரிந்துகொள்ள முடியாதோ, அதுபோலத்தான் இதுவும். ஆனால், இவற்றை யெல்லாம் மீறி, குறிப்பிட்ட கால இடைவெளியில், அவரே உருவாக்கிய சில உள்ளடக்கங்களை அல்லது வேறு புதிய உள்ளடக்கங்களைத் தொடராக அவர் செய்திருக்க முடியும். சமகால உள்ளடக்கங்களிலும் பரீட்சார்த்த முயற்சிகளிலும் அருவ ஓவியங்களிலும் (அப்ஸ்ட்ராக்ஷன்) அருவ – உருவ ஓவியங்களிலும் ஜே.கே.யின் பங்களிப்பு குறைவானதே. ஆனால் எடுத்துக்கொண்ட உள்ளடக்கங்களில் அவர் காட்டும் கோணங்கள், வெளிப்பாடுகள் புதிது. பெண் உடற்கூறியல் (அனாடமி) மற்றும் குதிரை உடற்கூறியலை வைத்துக்கொண்டு, அவர் கோடுகளில் விளையாடுகிறார். கண்கள் உள்வாங்கும் கோணங்களை உடைத்து, அனுபவ உணர்வின் வழியே சொல்லப் பல படங்களில் அவர் எத்தனிக்கிறார். இவ்விரு உள்ளடக்கங் களில் அவரது காம்போஷிஸனும் எதிர்பாராக் கோணங்களும் ஒரு ஓவியனின் தனித்த ஆளுமையை உச்சரிப்பவை. சித்தரிப்பு (இல்லஸ்ட்ரேட்டிவ்), அதிலும் உருவம்சார் சித்தரிப்பு (ஃபிகரேட்டிவ் இல்லஸ்ட்ரேட்டிவ்) பழமையான ஒன்றுதான். ஆனால், அதில் தட்டையான சில வடிவங்களில் 3டி விளைவைக் கொண்டுவருதலிலும் கோடுகளை உணர்வின் தகிப்பாய் மாற்ற யத்தனித்திருப்பதிலும், வேகவிசையைக் கொண்டு வந்திருப்பதிலும், கோடுகளை உரையாடலாய் மாற்ற முயற்சித்திருப்பதிலும் அவர் தன்னைச் சித்தரிப்புப் பாணி ஓவியரிலிருந்து பிரித்துக்கொள்கிறார்.

இவரது ஓவிய நகாசு வேலைகள் பல சமயங்களில் அடைசல் போல மாறிவிடுகின்றன. அவரது மெல்லிய கோடுகளின் நடன பாவத்தின் ஒருமையை அது நிலை குலைய வைக்கிறது.

ஓவிய வெளியில் கூட்டுக் கண்காட்சிகள் வழியே தற்போதுதான் சற்றுக் கூடுதலாகத் தன்னை வெளிப்படுத்திக்கொள்ளத் துவங்கியிருக்கிறார் ஜே.கே. எல்லா சௌகரியங்களும் கற்பனைத் திறனும் வசப்பட்ட ஒரு கலைஞன்! சோம்பேறித்தனமான ஏகாந்த மனநிலையில் இருந்து போக்கிய பொழுதுகளை ஏற்றுக்கொள்ள முடியவில்லைதான். ஆனால், மனக்கூறின் வெளிப்பாடுகள்தானே காரியங்கள் யாவும். நாம் எதிர்பார்க்கும் சட்டகத்துக்குள் அகப்பட்டுவிடுகிறவனா கலைஞன்.

காமம் ததும்பப் பெண்ணுடலைக் கொண்டாடியபடி, அடங்காக் குதிரையின் மூர்க்கம் தணித்து, எருதுகளைத் துரத்தியபடி ஒய்யாரமாய்ப் பவனிவரும் ஜே.கே. போக வேண்டிய தொலைவு அவர் எதிரில் விரிந்து கிடக்கிறது. கடந்து செல்லக் குதிரையும் பாதையின் தெளிவும் செலுத்தும் வித்தையும் கைவசப்பட்ட ஜே.கே. என்கிற வசீகரன் அதை நமக்கு நிகழ்த்திக்காட்டுவார்.

தீராநதி, ஜனவரி 2013

மென்மைக் காட்சிகளும் சில நினைவுகளும்

ஏற்றமும் இறக்கமும் அதிர்ச்சியும் மகிழ்ச்சியும் நிறைந்திருந்த பாலுமகேந்திராவின் எளிய வாழ்வில், எதிர்பாரா திருப்பங்களும் விநோத சம்பவங்களும் விரவிக் கிடக்கின்றன. கலையில் உச்ச பங்களிப்பை நல்கியதில் வந்த புகழால், அவர் எப்போதும் தளும்பாமல் இருந்தார். ஒன்றை அடைந்ததும் அதில் தேங்கி நில்லாமல், அடைய முடியா இலக்கொன்றைத் தனக்குத்தானே நிர்ணயித்துக்கொண்டு, சதா அவர் பயணப்பட்டுக்கொண்டே இருந்தார். ஆசிரியராக இருந்தாலும் மாணவனாக வாழ்ந்தார். எல்லா வெற்றிக்குப் பின்னும் துயரத்தின் மெல்லிய நிழல் அவரைத் தொடர்ந்தபடியே இருந்தது. ஆனால் ஒரு போராளியின் வீர்யம் மட்டும் கடைசிவரை அவரை விட்டு விலகவே இல்லை.

அவரது ஏராளமான ரசிகர்களில் ஒருவனாகவே நான் பல ஆண்டுகள், தூரத்திலிருந்தே அவரை வியந்து பார்த்துக்கொண்டிருந்தேன். நான் இயக்கிய ஜெயகாந்தன் ஆவணப்படத்தைப் பார்த்து முடித்த உடனேயே என் அலைபேசி எண்ணைத் தேடிப் பிடித்து அவர் என்னை அழைத்தார். இலங்கையில் அவர் ஊரிலிருந்து புகைவண்டி நிலையம் வந்து, அதிகாலைப் பனியில், ரயிலடியில் காத்திருந்து, ஜெயகாந்தன் கதைகள் வந்த சஞ்சிகைகளைப் படித்துப் பரவசப்பட்ட நாள் தொடங்கி, ஆவணப் படத்தின் பல்வேறு அம்சங்கள் வரை,

தொடர்ச்சியாக ஒரு மணிநேரம் பேசிக்கொண்டிருந்தார். இந்த நிகழ்வுக்குப் பின்னே, அவர் எனக்கு நெருக்கமானார். அதன் பின் நேரிலும் அலைபேசியிலும் மேடைகளிலும் பார்வையாளர் வரிசையிலுமாக அவருடனான உரையாடல் தொடர்ந்தபடி இருந்தது.

ஒருமுறை, “நம்பியாரைப் பற்றி நீங்கள் ஒரு ஆவணப்படம் எடுக்க வேண்டும் ரவி” என்றார்.

“சந்தோஷமா செய்யலாம் சார், எனக்கு யாரும் ப்ரட்யூசர் இல்லை. ஆவணப்படம் எடுக்க அடிப்படை வசதிகளுக்கே அல்லாடுறவன் சார் நான்” என்றேன்.

“நீங்க முதல்ல ஒரு ஸ்கெலிட்டனைத் தயார் பண்ணுங்க. உங்களுக்காக நான் யாரிடமாவது பணம் கேட்டு வாங்குகிறேன். கேமிரா சைடு நான் பாத்துகிறேன். நாலு தலைமுறை இல்ல. அஞ்சு தலைமுறை பார்த்த கலைஞன் அவர். வரலாற்றின் சில பக்கங்களை அவர்தான் நேர்மையா சொல்ல முடியும் ரவி” என்றார்.

அதுபற்றிப் பேசிப் பேசி பின், ஏனோ அது முடியாமல் போனது. நம்பியார் இறந்த பிறகு அது குறித்து ரொம்பவும் வருத்தப்பட்டார்.

தமிழின் ஆகச் சிறந்த படைப்புகளை அவர் வாசித்திருந்தார். இலக்கிய வெளிச்சத்தின் வழியாகவே அவர் திரைப்படத்தைப் பார்த்தார். அதன் வழியாகவே தன் மாணவர்களுக்கும் போதித்தார். தமிழ் இயக்குநர்களிடம் காண முடியாத அபூர்வமான பழக்கம் இது.

நான் எழுதிய ‘நினைவுக் குமிழிகள்’ என்ற கவிதையைக் குறும்படமாக ஆக்க விரும்பி, அதற்கான ஒப்புதலை எழுதிக் கேட்டு, தன்னிடம் பணியாற்றிய சுரேஷ் என்ற உதவி இயக்குனரை அவர் என்னிடம் அனுப்பினார். அதுவும் ஏனோ பிற்பாடு வராமல் போனது. அது குறித்துப் பேசும்போதுதான் தமிழ்க் கவிதைகள் குறித்த வாசிப்பையும் அது குறித்து அவர் கொண்டிருந்த வியப்பையும் உணர முடிந்தது. கவிதையின் நுட்பங்களைக் காட்சி வடிவமாக அவர் விவரிக்கும்போது, அவர் வழியில் மேலும் அதனுள் சில உப பிரதிகள் உருவாகியிருப்பதை என்னால் உணர முடிந்தது.

திரைத்துறையில் தான் பெற்ற எல்லா அனுபவங்களையும் பெருமதிகளையும் அடுத்த தலைமுறைக்குக் கைமாற்றிக் கொடுத்து விட்டுப் போகவே அவர் முயன்றுகொண்டிருந்தார். எந்தத்

துறையில் இருந்து அவர் எல்லாம் பெற்றாரோ, அதை வைத்தே அந்தத் துறைக்குப் புது ரத்தம் பாய்ச்சும் பணியில் தன்னை ஈடுபடுத்திக்கொண்டார். கலையின் ஊடே அவர் எழுப்பிய சலனங்கள், சன்னமான கேள்விகளை உள்முகமாய் எழுப்புபவை. மொழி குறித்துக் கரிசனம் கொண்ட அவர் மனம், சமூகம் சார்ந்த விஷயங்களோடு கூடிய புதிய கலை சாத்தியங்களை அவாவிக்கொண்டே இருந்தது. அவர் படைப்புகளின் வழியேயும் இயக்கத்தின் வழியேயும் செயல்பாட்டின் வழியேயும் சில சேதிகளை நமக்குச் சொல்லிக்கொண்டே இருந்தார்.

நான் கவிதைகளைப் பாடும் சில கூட்டங்களில், பாடிவிட்டு அமர வருகிறபோதே தவறாமல் கை கொடுப்பார். அந்தக் கவிதை குறித்துப் பேசுவார். நான்கைந்து இருக்கை தாண்டி தூரத்தில் இருந்தால், ரவி என்றொரு முறை அழுத்தி உச்சரிப்பார். தன் மார்பில் கை வைத்துக்கொள்வார்.

அவருக்குப் பிடித்த நகுலனின் கவிதை வரிகளோடு என் பேச்சை நிறைவு செய்ய விரும்புகிறேன்.

மீண்டும் வீதியில் யாருமில்லை
வெறும் தனிமை
வெகு தொலைவில் மிதந்து வரும் மகிழ்வுந்து
என் வீடு வருமென்று
நம்பிக்கையின் வேதனை தாங்கி
நான் வாழ மனம் தூண்ட
'நான்' வறிதே வீற்றிருக்க
வந்த வண்டி
என் வீடு
தாண்டிப்
போகும்.

**22.02.2014இல் தமிழ் ஸ்டுடியோ அமைப்பும்
சென்னைப் பல்கலைக்கழக கன்னடத் துறையும்
இணைந்து நடத்திய பாலுமகேந்திரா அஞ்சலிக் கூட்டத்தில்
வாசிக்கப்பட்ட கட்டுரை.**

கட்டுரைக்கு என்ன பெயர் வைக்கலாம்

எனது இருபத்தி மூன்றாம் வயதில் அழகு கிருஷ்ணன் என்ற தமிழ்ப் பேராசிரியரோடு தேனுகா என்னைச் சந்திக்க என் வீட்டுக்கு வந்திருந்தார். அதுதான் எங்கள் முதல் சந்திப்பு. அப்போது ஒரு விபத்தில் கால் முறிந்து நான் படுக்கையில் இருந்தேன். "நல்ல மனிதர். மென்மையானவர். எல்லோர்க்கும் உதவுபவர். ஓவியங்கள், சிற்பங்கள், இசை பற்றி எழுதுபவர். தமிழைப் புரியாமல் எழுதுவது என்று சில எழுத்தாளர்கள் கிளம்பி இருக்கிறார்கள் அவர்களில் தேனுகா ஒருவர்." என்றெல்லாம் கல்லூரி நாட்களில் அவரைப் பற்றி என் தமிழ்ப் பேராசிரியர்கள் வழியாக நான் கேள்விப்பட்டவாறு இருந்தேன். அவரும் என்னைப் பற்றிக் கேள்விப்பட்டிருந்திருக்கிறார்.

தன்னைவிட பதிமூன்று வயது இளையவனான என்னை, நேரில் வந்து சந்தித்து நட்புக் கொள்ள அவருக்கு எந்த மனத் தடையும் இருக்கவில்லை. ரொம்பவும் கூச்சம் நிறைந்த பெரும்பாலும் மௌனமாகவே இருந்த தேனுகாவைத்தான் நான் முதலில் சந்தித்தேன். அன்று அவர் ஒரு மணி நேரம் என்னோடு இருந்தார். நாங்கள் பேசிக்கொண்டது வெகு சொற்பம்தான். ஆனால், முதல் சந்திப்பிலேயே நீண்டநாள் சந்திக்கக் காத்திருந்த ஒரு மனிதரைச் சந்தித்த உணர்வை அவர் ஏற்படுத்திவிட்டார். அதன் பின், நான் அடிக்கடி அவரது வங்கி தொலைபேசி வழியாக அவரை அழைத்துப் பேசியவாறு இருந்தேன்.

நான் படுக்கையில் இருந்த அந்த ஆறுமாதங்களில் ஏழெட்டு தடவை அவர் என் வீட்டுக்கு வந்திருப்பார். தொலைபேசியிலும் நேரிலும் எங்கள் சம்பாஷணையின் காலம் கூடிக்கொண்டே வந்தது.

வைரமுத்து, மேத்தா, பாலகுமாரன், வலம்புரிஜான், மாத நாவலாசிரியர்கள் என்று என் உலகத்தில் அப்போது இருந்தவர்கள் குறித்து நான் அவரிடம் பேசப் பேசச் சில மாதங்கள்வரை அவர் பொறுமையாகக் கேட்டுக்கொண்டே இருந்தார். ஒரு நாள் வங்கி கவுண்ட்டரின் மேசை இழுப்பறையிலிருந்து மெல்ல நகுலனின் 'கோட்ஸ்டாண்ட் கவிதைகள்' என்ற தொகுப்பை எடுத்து என்னிடம் தந்தார். படிச்சிட்டு நாளைக்கு வாங்க பார்க்கலாம் என்று சொல்லிவிட்டார். வீட்டுக்கு வந்து உடனே படித்துப் பார்த்தேன். புரிந்த மாதிரியும் இருந்தது. புரியாத மாதிரியும் இருந்தது. என்ன இப்படி நம்மைப் படுத்துகிறாரே என்று நினைத்தவாறு, நாலு நாள் கழித்து அவரிடம் போய் தந்தேன். படிச்சிங்களா என்றார். ம்... என்று சொல்லிவிட்டு நின்றேன். எப்படி இருக்கு என்றார். மையமாக நல்லா இருக்கு என்றேன். தன் சாப்பாட்டுப் பையில் வைத்திருந்த ஞானக்கூத்தனின் 'அன்று வேறு கிழமை'யை எடுத்துவந்து கொடுத்தார். இன்னும் அதே சரியா புரியல, இதுல இது வேறயா என்று நினைத்துக்கொண்டேன்.

கவுண்ட்டரை விட்டு வெளியே வந்தார். காப்பிக் கடைக்குக் கூட்டிச் சென்றார். பஜ்ஜி வாங்கிக்கொண்டோம். சாப்பிட்டுக்கொண்டே பேச ஆரம்பித்தார். "நீங்கள் என்னிடம் எழுதிக் காண்பிக்கிற எதுவும் கவிதை இல்லை ரவி. அதை எல்லாம் நிறுத்துங்கள். உங்கள் வாசிப்பு முறையை முதலில் மாற்றுங்கள். நீங்கள் படிப்பவர்களுக்கும் உண்மையான இலக்கியத்துக்கும் எந்த சம்பந்தமும் இல்லை. அவர்கள் நோக்கங்கள் வேறு. உங்கள் அசட்டு உலகத்திலிருந்து வெளியே வாருங்கள்" என்று தொடங்கி கடகடவென, சரியான இலக்கியத்தை அணுகும் முறையைச் சொல்லிக்கொண்டே இருந்தார். ஒரு காப்பி குடித்து அரை மணி நேரம் கழித்து, மறுபடி இன்னொரு காப்பி குடித்திருந்தோம். எனக்குப் படபடவென இருந்தது. ஆனால் அவர் மீது கோபம் வரவில்லை. ஒரு மணி நேரம் கடந்துவிட்டது. கருத்து ரீதியாக நான் துவைத்துப் பிழியப்பட்டதுபோல உணர்ந்தேன். குறைந்த காலத்தில் அவர் மீது எனக்கு உண்டாகியிருந்த மதிப்பில், அவர் எதைச் சொன்னாலும் தட்டாமல் கேட்கும் நிலையில் நான் இருந்தேன்.

பேங்கிலிருந்து அண்டண்டர் ஒருவர் காபிக் கடைக்கு வந்தார். சீனு சார் கவுண்டர்ல ஒரே கூட்டம். எல்லாரும் உங்களைத் திட்றாங்க வாங்க என்றார். போ இந்தோ வரேன் போ என்று சொல்லி அவரை அனுப்பினார். நாளைக்குப் பதினோரு மணிக்கு வாங்க மறுபடி பேசுவோம் என்று சொல்லிவிட்டு வங்கிக்குத் திரும்பினார்.

கிட்டத்தட்ட பதினைந்து நாட்கள் நான் அந்த பக்கமே போகவில்லை. அவர் என்னைத் தேடி எங்கள் செல்லம் பம்பு ஒர்க்ஸ் பைப் கடைக்கு வந்துவிட்டார். "சாரி ரவி, உங்களை எதும் நான் டிஸ்டர்ப் பண்ணிட்டனா" என்று குற்ற உணர்வோடு கேட்டார். "அய்யயோ அப்படி எல்லாம் இல்லை சார். நீங்க சொல்றதைப் புரிஞ்சுக்க, அதை ஏத்துக்க கொஞ்சம் டயம் தேவைப்பட்டது அதான்" என்றேன்.

அப்படிக் கண் திறப்பாய்த் தொடர்ந்த அந்த உரையாடல்கள் மூலம்தான், நான் பல விஷயங்களை அறிந்துகொண்டேன். இசை, ஓவியம், சிற்பம் என்று பல தளங்களுக்கும் அவர் என்னைக் கைபிடித்துக் கூட்டிச் சென்றார். கருத்து தெளிந்த பின்னும் நிற்காத அந்த உரையாடல்கள் அவர் மறைவதற்கு முதல் நாள்வரையிலும் தொடர்ந்தபடியே இருந்தது.

நான் மட்டும் அல்ல. கலை சார்ந்து யார் வந்தாலும் அவர் போட்டது போட்டபடி அவர்களோடு பேச வந்துவிடுவார். ஓய்வு பெற்ற பிறகும் தன் பரந்துபட்ட பழக்கத்தால் எந்த வங்கிக்காக அலைந்து திரிந்து டெப்பாசிட்டுகளைச் சேகரித்தாரோ, அதே வங்கியைத்தான் அவர் கலைஞர்களைச் சந்திக்கும் ஒரு கேந்திரமாக மாற்றியிருந்தார். எழுத்தாளர்களும் ஓவியர்களும் இசைக்கலைஞர்களும் சிற்பிகளும் பேச்சாளர்களும் பேராசிரியர்களும் அவரைப் பார்க்க வந்துகொண்டே இருப்பார்கள். அவரது ஸ்டேட் வங்கி நண்பர்களும் அவர் மீது பெரும் பிரியம் கொண்டிருந்தனர். யூனியனில் வேறு இருந்தார். அதனால் வேலை செய்த இடத்தில் அவருக்குக் கலை இலக்கியத்தால் பெரும் பிரச்சினைகள் நேராமல் அவர்கள் பார்த்துக்கொண்டனர். எல்லோரிடமும் தனித்தனியே இயல்பாகப் பழகி அவர்கள் மனசைப் புரிந்துகொண்டு ஒரு தனிப்பட்ட அன்பை அவர் செலுத்திவந்ததின் விளைவு அது.

தன்னை நாடி உதவி என்று வருகிற எவருக்கும் அவர் உதவி செய்வார். சிலர் ஏமாற்றுவார்கள் என்று தெரிந்தும் உதவுவார். அப்போது நண்பர்கள் பலருக்கும் வங்கியில் லோன் வாங்கித் தந்தார். எனக்குத் தெரிந்து நாலு நண்பர்கள் அவர் வழியாக வங்கியில் கடன் வாங்கிக்கொண்டு கட்டாமல் ஏமாற்ற

மொத்தத் தொகையும் அவரே வட்டியோடு சேர்த்துக் கட்டினார். நண்பர்களுக்காக பணத்தை அவர் பொருட்படுத்தாமல் செலவு செய்தபடியே இருப்பார். கூட இருக்கும் யாரையும் செலவு செய்ய அனுமதிக்க மாட்டார்.

தஞ்சை மாவட்டம் கும்பகோணத்தை அடுத்த சுவாமி மலையில் இசைவேளாளர் குடும்பத்தில் 19.01.1950 அன்று முருகையாவுக்கும் பவுனம்மாளுக்கும் இரண்டாவது மகனாகப் பிறந்தவர் தேனுகா. சுவாமிமலை அரசினர் உயர்நிலைப்பள்ளியில் எஸ்.எஸ்.எல்.சி. படித்த பின், கும்பகோணம் அரசு ஆடவர் கல்லூரியில் பி.எஸ்.சி. வேதியியல் படித்துப் பட்டம் பெற்றார். இரண்டு சகோதர்களோடும் நான்கு சகோதரிகளோடும் பிறந்த தேனுகா, நாதஸ்வரம் வாசிப்பவர்களுக்குத் தாளம் தட்டும் சிறுவனாகத் தன் கலை வாழ்வைத் தொடங்கியவர். வள்ளலார் பாடல்களைத் தெருவெங்கும் நடந்தபடியே பாடிப் பரப்பிவந்த அவரது தாத்தா, அருட்பா சீனுவாசம் பிள்ளையின் நினைவாகச் சூட்டப்பட்ட சீனுவாசன் என்ற பெயரே, அவரது இயற்பெயர். கர்நாடக இசையின் ஒன்பதாவது மேளகர்த்தா ராகம் தேனுகா. இதன் மத்திமத்தை பிரதி மத்திமமாக மாற்றினால் நாற்பத்தி ஐந்தாம் மேளகர்த்தா ராகமான சுபபந்துவராளி. ஒரு வகையில் இந்த ராகங்களின் உணர்வுபூர்வமான சாராம்சம் அவர் வாழ்வோடு பொருந்திவரக்கூடியவை. விரலடியில் புகழ்பெற்ற தன் அத்தான் பந்தநல்லூர் டி. ஆர். தெட்சிணாமூர்த்தி பிள்ளையின் வாசிப்பில் தேனுகா ராகத்தைப் பல தடவை கேட்டு மனம் பறிகொடுத்த சீனுவாசன் தன் பெயரை தேனுகா என்று மாற்றிக்கொண்டார்.

இசையில் மட்டுமல்ல, ஓவியம், சிற்பம், கட்டிடம், இலக்கியம், சமூகம், தத்துவம் என்று பல துறைகள் பற்றியும் அவரால் எழுத முடிந்தது. மேற்கத்திய ஓவிய மரபு குறித்தும் இந்தியத் தமிழக ஓவியங்கள் குறித்தும் தொன்மக் கலைகள் குறித்தும் வரலாறு குறித்தும் தெளிவான பார்வையும் ஆழ்ந்த நுண்ணறிவும் கொண்டிருந்தார். நுண்கலைகள் மீது அவர் கொண்ட ஈடுபாட்டினால், அது குறித்த கருத்து எழுச்சிக்கான உரையாடலை தொடர்ந்து அவர் நிகழ்த்திக்கொண்டே இருந்தார். சரியான புரிதலோடு, மரபுக்கும் நவீனத்துக்குமாகத் தன் பேச்சாலும் எழுத்தாலும் அவர் நிகழ்த்திக்காட்டிய ஊடாட்டம் ஆச்சரியமான ஒன்று.

நவீன ஓவியங்கள் குறித்து அவர் அறியக் காரணமாயிருந்தவர் அவரது இளம் பருவத்துத் தோழர் ஓவியர் கங்காதரன். இரண்டு பேரும் வயதான பிறகும்கூட, போடா வாடா என்று கூப்பிட்டுப் பேசிக்கொள்ளும் பழக்கம் உள்ளவர்கள். கங்காதரன்

கும்பகோணம் ஓவியக் கல்லூரியில் சேர, அவரைப் பார்க்க ஓவியக் கல்லூரிக்கு தேனுகா அடிக்கடி போக, அதன் மூலமே நவீன ஓவியங்கள் தேனுகாவைப் பிடித்துக்கொண்டன. ஒரு காலத்தில் அந்தக் கல்லூரி நூலகத்தில் பார்க்கப்படாமல் கிடந்த அத்தனை ஓவிய நூல்களையும் அவர் வாசித்து முடித்திருந்தார். அதில் சில புத்தகங்களைத் தனக்காக வாங்கி வைத்துக்கொள்ள வேண்டும் என்பதற்காகச் சென்னை வரும்போது வாங்குவார். அவற்றின் விலை இருபத்தி ஐந்து ஆண்டுகளுக்கு முன்பே ஐநூறு, ஆயிரம் என்று இருக்கும். விலையைப் பற்றிக் கவலை கொள்ளாமல் புத்தகங்களை வாங்கிக் குவிப்பார். சில புத்தகங்களை ரெண்டு மூன்று பிரதிகள் வாங்கி வந்து என்னைப் போன்ற நண்பர்களுக்குத் தருவார்.

சிற்பங்களைப் பற்றி அவர் அறிய முகாந்தரமாக அமைந்தவர்கள் அவர் ஊர் சுவாமிமலை சிற்பிகள். தன் பால்யகாலத்தில் விக்ரஹங்கள் செய்யப்படும்போதே அருகிருந்து பார்த்தவர் தேனுகா. குறிப்பாக அவர் வசித்த தெருவுக்கு அருகில் இருந்த ராஜவீதியில், ராமசாமி ஸ்தபதி, அண்ணாசாமி ஸ்தபதி, மூர்த்தி ஸ்தபதி, வைத்தியநாத ஸ்தபதி, தேவசேனா ஸ்தபதி போன்றவர்கள் வெவ்வேறு தாள அளவுகளில் உருவாக்கும் சிற்பங்களை அவை உருவாகும் ஒவ்வொரு நிலையிலும் பார்த்தவர். அதனாலும் திராவிட முன்னேற்றக் கழகத்தின் மீது அவருக்கிருந்த அபிமானத்தாலும் கோவிலை, சிற்பங்களை, பரவசத் திளைப்பும் வழிபாட்டு உணர்வுமின்றி கலைக் கண்களோடு பார்த்து, அவற்றைச் சரியாக உள்வாங்கிக்கொள்ள அவரால் முடிந்தது. எம்.வி.வி., கரிச்சான் குஞ்சு, விட்டல் ராவ், தஞ்சை ப்ரகாஷ் ஆகியோரின் நட்பும் பின்னாளில் க.நா.சு.வின் தொடர்பும் அவரது இலக்கிய எல்லைகளை ஆழமும் அகலமுமாக விரிவுபடுத்தின. இசை சிற்பங்கள் மற்றும் நவீன ஓவியங்கள் வழியே அவர் இலக்கியத்துக்குள் வந்து சேர்ந்தவர். அதனாலேயே அவர் எழுத்து நடையில் சட்டென வேறுபடும் தனித் தன்மை கூடியிருந்தது.

பல கலைகள் சார்ந்த பரிச்சயத்தால் அவருக்கு நவீன ஓவியத்தைக் கர்னாடக இசை வழியிலும் கவிதையைச் சிற்ப வழியிலும் என்று புதுப்புதுப் பாணிகளில் எழுத முடிந்தது. ஆனாலும் கலை சார்ந்த தன் புத்தகங்களை வெளியிட அவர் படாதபாடுபட்டார். மதி நிலையம் வெளியிட்ட அவரது கடைசி நூலான 'தோற்றம் பின் உள்ள உண்மைகள்' வரையிலும் அந்த பாடு தொடர்ந்தது. முதல் இரு புத்தகங்களான 'வண்ணங்கள் வடிவங்கள்', 'வித்யாஷங்கர் ஸ்தபதியின் சிற்ப மொழி' போன்றவை மணிவாசகர் பதிப்பக மெய்யப்பன் அவர்களோடு அவருக்கு இருந்த நட்பினால் சிரமமின்றி வெளிவந்தன.

எந்திர வளர்ச்சி, நகரிய வளர்ச்சி போன்றவை மனிதனை மகிழ்ச்சியில் ஆழ்த்தவில்லை. மாறாக அவசர கதியிலும் குழப்பத்திலும் அவனை ஆழ்த்திச் சோகமடைய வைத்துவிட்டன. பொருள் விரயமும் பணவிரயமும்கூட அவனை சந்தோஷத்தில் ஆழ்த்திவிடவில்லை. எப்போதாவது சொற்பமாகக் கிடைக்கும் தற்காலிக சந்தோஷத்தின் முடிவில்கூட, ஒரு கரகரத்த காரல் சுவையையே அவன் சுவைக்க நேருகிறது. சரியான விகிதத்தில் ஆன்ம வளர்ச்சியற்ற மனிதன் எதைச் செய்தாலும் அவனிடம் வெறுமையே மிஞ்சும். அதற்கு என்ன செய்யலாம் என்று பதில் தேடிப் புறப்பட்ட 'தி ஸ்டைல்' இயக்கத்தைச் சேர்ந்த பியத் மோந்திரியானைத் தமிழில் அறிமுகம் செய்தது அவரது மூன்றாவது நூல். எழுதிச் சில ஆண்டுகள் ஆன பின்னும் அது வெளிவராமல் இருந்ததால் அதை அன்னம் பதிப்பகம் மீரா அவர்கள் வழியாக கொண்டு வர நான் முயன்றேன். அந்த புத்தகத்தில் கலர் பிளேட்ஸ் வருவதில் தேனுகா பிடிவாதமாக இருந்தார். மீராவோ கலர் பிளேட்ஸ் போட இயலாது என்பதைக் கண்டிப்பாகச் சொல்லிவிட்டார். மாதங்கள் கடந்தன. கடைசியில் ஒரு வருஷத்துக்குப் பிறகு கலர் பிளேட்ஸ் இல்லாமல் சிபியா டோன் கொண்ட படங்களோடு அந்த புத்தகம் அன்னம் வெளியீடாக வந்தது. வண்ணப் படங்களின்றி அது வெளிவந்ததில் தேனுகாவுக்கு உவப்பில்லை. அந்தப் புத்தகம் வெளிவந்ததைச் சொல்லிக்கொள்ளவும் அவருக்கு மனமில்லை. மறுபடியும் கிட்டத்தட்ட பனிரண்டு ஆண்டுகளுக்குப் பிறகு அவர் நினைத்தவாறு கலர் பிளேட்ஸோடு சந்தியா பதிப்பகம் 2001இல் அதை மறுபதிப்பாகக் கொண்டு வந்தபின்தான் அவர் மனம் சமாதானமானது. இப்படி ஒவ்வொரு புத்தகத்துக்கும் அவர் ஏதோ ஒரு வகையில் போராடிக்கொண்டே இருந்தார்.

அவர் முதல் நூலான 'வண்ணங்கள் வடிவங்கள்' நூலுக்கு முன்பே ஒரு சிறு புத்தகம் எழுதினார். அது 'கஸ்டமர் சர்வீஸ் இன் பேங்க்' என்ற தலைப்பில் வங்கியியல் பற்றி அவர் எழுதிய புத்தகம். வங்கியியல் பற்றி எழுதியதால் அந்த புத்தகம் பற்றி அவர் குறிப்பிட்டுக்கொள்வதில்லை. ஆனால், அவரது கலை தாகத்தை அந்த புத்தகத்தின் அற்புதமான வடிவமைப்பின் மூலம் புரிந்துகொள்ள முடியும். அதில் சந்தானராஜ், வரதராஜன், ஜி. ராமன், அல்போன்ஸோ, சீ. அரங்கராசன், வித்யாஷங்கர் ஸ்தபதி போன்ற சில ஓவியர்களின் ஓவியங்கள் இடம்பெற்றிருந்தன. அதன் உருவாக்கத்தில் அவர் செய்த நகாசு வேலைகளும் அதன் வடிவ நேர்த்திக்காக அவர் எடுத்துக்கொண்ட சிரத்தைகளும் சொல்லி மாளாது. அப்படிக் கலையை உள்ளும் புறமுமாக உள்வாங்கிக்கொண்டவர் தேனுகா.

அவர் வீட்டில் அல்போன்ஸாவின் மங்கை மற்றும் நடராஜர் ஓவியங்களை மாட்டி வைத்திருந்ததை நான் பார்த்திருக்கிறேன். அதுபற்றிப் புரியாமையோடு கேட்பவர்களுக்கெல்லாம் பொறுமையாகப் பதில் சொல்வார். அவர் வீட்டில் வித்யாஷங்கர் ஸ்தபதியின் சிற்பம் இருக்கும். அவரது இரு சக்கர வாகனத்தில் கல்வெட்டு எழுத்துருவில் தன் பெயரை எழுதி வைத்திருந்தார். அவர் வீடே, முகமது ரஃபி என்ற பொறியாளரின் ஆலோசனையோடு பியத் மோந்திரியானின் நியோபிளாஸ்டிசிஸ பாதிப்பில் கட்டப்பட்ட வீடு. ரீத்வெல்த்தின் உலகப் புகழ் பெற்ற சிவப்பு நீல நிற நாற்காலி ஒன்றினை கும்பகோணத்திலிருந்த துரை என்ற ஆசாரியாரோடு சேர்ந்து வடிவமைத்து அந்த வீட்டில் வைத்திருந்தார். சிற்பி வித்யாஷங்கரின் மேல் கொண்ட பெரும் மதிப்பால் அவரது மூன்றாவது மகனுக்கு வித்யாஷங்கர் என்று பெயர் வைத்தார்.

கும்பகோணத்தில் சரியான புத்தகங்கள் இல்லை என்று வங்கி வேலைக்கு விடுப்பு எடுத்துக்கொண்டு வந்து, சென்னை பிரிட்டிஷ் கவுன்சில் நூலகம், அமெரிக்க நூலகம் போன்ற இடங்களுக்குச் சென்று படித்துவிட்டு ஊர் திரும்புவார். அதனால்தான் அவரால் கும்பகோணத்தில் இருந்துகொண்டே, ஆல்பர் காம்யூவையும் ஹென்றி மூரையும் அலக்சாண்டர் கால்டரையும் பற்றி எழுத முடிந்தது. இணையம் வந்த பிறகு இணையத்திலேயே அவர் படிக்கத் தொடங்கிவிட்டார்.

விட்டல் ராவ், வித்யாஷங்கர் ஸ்தபதி மற்றும் என்னைப் போன்ற ஒரு சிலரிடம் மட்டும் ராகங்களை நாதஸ்வர வழியில் அவரே பாடிக் காண்பிப்பார். சாகித்தியமோ ஸ்வரங்களோ அல்லாமல் தனக்கு தோன்றியபடி ராகங்களை ஆலாபனை செய்வார். அவர் கண் மூடிக் குனிந்து லயித்துப் பாட ஆரம்பித்துவிட்டால் பத்து நிமிஷம், இருபது நிமிஷம் என்று பாடுவார். சில சமயம் அரைமணி நேரம் போயிருப்பதுகூட அவருக்குத் தெரியாது. இத்தனைக்கும் அவர் தொழில்முறைப் பாடகர் அல்ல. சங்கீதம் கேட்கும்போது நுணுக்கமாகக் கேட்டு அபிப்ராயம் சொல்வார். ஒரு முறை மணி மாமுண்டியா என்ற சகோதரர்களின் இரட்டை நாதஸ்வர வாசிப்பைக் கேட்கவைத்தார். கேட்டேன். நல்லா கேட்டிங்களா என்றார். அவர் என்ன என்னிடம் எதிர்பார்க்கிறார் என்று புரியவில்லை. அதைக் கூர்ந்து மறுபடி கேளுங்க. அண்ணன் மணி வாசிக்கும்போது, தம்பி மாமுண்டி எப்படி பவ்யமா விட்டுக் கொடுத்து விட்டுக் கொடுத்து வாசிக்குதுன்னு கேளுங்க என்றார். நாதஸ்வர இசை மேதைகளான குழிக்கரை பிச்சையப்பா பிள்ளை, திருவெண்காடு

சுப்ரமணியன் பிள்ளை, சாயவனம் கனகசபாபதிபிள்ளை, மல்லாரி வாசிப்பில் புகழ்பெற்ற லய மேதையான திருமெஞ்ஞானம் நடராஜ சுந்தரம் பிள்ளை ஆகியோரது கச்சேரிகளைக் காதுகள் குளிர நேரில் கேட்டவர் அவர். அவரது வீட்டில் டேப் ரிக்கார்டரிலும் சிடியிலுமாக எப்போதும் கர்நாடக இசை ஒலித்துக்கொண்டே இருக்கும். அவர் அலைபேசியின் ரிங் டோனும் நாதஸ்வர இசைதான். ஷேக் சின்ன மௌலானா வாசிப்பில் 'ஞான வினாயகனே' என்ற சரவண பவானந்தாவின் பாடல் அதில் ஒலிக்கும்.

வாழ்நாள் முழுக்கவே அவரது தேர்ந்த கலை ரசனை ஒரு பித்தனைப் போல அவரை ஆட்டிப் படைத்தது. சற்றே குடும்ப நினைவுகள் இருந்தாலும்கூட கலைபற்றிய சிந்தனைதான் அவரிடம் மீதூறித் தளும்பிக்கொண்டேயிருந்தது. அவரை அவர் போக்கில் அனுமதித்தார் அதிர்ந்து பேசாத அவர் மனைவி தமிழ்செல்வி. அவர்கள் மட்டும் இல்லையென்றால் அவர் இவ்வளவு எழுதியிருக்க முடியாது. விட்டேற்றியாய்த் திரிந்திருக்கவும் முடியாது. அப்பிராணியான அவர் மனைவி எந்தச் சிரமத்தையும் வெளிக்காட்டாமல் ரொம்பவும் பொறுத்துக்கொண்டார். யாரிடமும் பொய் சொல்லாத தேனுகா "வீட்ல அதுகிட்ட மட்டும் சொல்ல நான் விதவிதமான பொய்களை உருவாக்கிக்கிட்டே இருக்கிறேன் ரவி. அதும் அதை நம்பிடுது" என்று விளையாட்டாகச் சொல்வார். அவரது மூன்று மகன்களும் (பார்த்தீபன், பூபதி, வித்யாஷங்கர்) அவரது கலை சார்ந்த ஆர்வங்களுக்கு இடையூறு தராமல்தான் இருந்தனர்.

நண்பர்களைக் கண்டுவிட்டால் குதூகலித்து மனம் குளிர உபசரித்து மகிழ்வார் தேனுகா. அதற்குத் தனிப் பிரயாசை எடுத்துக்கொள்வார். ஊரிலிருந்து அவர்கள் புறப்படும் முன் தொலைபேசி வழி தெரிந்துகொள்வதிலிருந்து துவங்கி, வீட்டில் அசைவ உணவுகள் சமைக்கச் சொல்லிப் பரிமாறுவதிலிருந்து, அவர்களைப் பல இடங்களுக்கும் அழைத்துச் செல்வதிலிருந்து, எழுத்தாளர்களாக ஓவியர்களாக இருக்கும் பட்சத்தில் அவர்களுக்காகக் கூட்டம் ஏற்பாடு செய்வதிலிருந்து, அவர்கள் பயணம் முடிந்து வீடுபோய் சேர்ந்த பின், ஊரில் எடுத்த அவர்கள் புகைப்படங்களை அனுப்பி வைப்பதுவரை அவர் உபசரிப்பு தொடர்ந்தபடியே இருக்கும். மனமொத்த நண்பர்கள் வந்துவிட்டால் காலை தொடங்கி இரவுவரை நீளும் உரையாடல். உரையாடலில் அவர் பெரும் மோகம் கொண்டிருந்தார். அதன் வழியேதான் கலையின் பன்முகப் பரிணாமங்களையும் அன்பையும் அவர் எல்லோர்க்கும் விநியோகித்தபடி இருந்தார்.

தான் ஒரு கலை விமர்சராக இருந்தபோதும் தன்னை விமர்சிப்பதையும் அவர் ஏற்றுக்கொள்ளவே செய்தார். ஓவியர் விஸ்வம் ஒரு முறை அவரை வைத்துக்கொண்டே, பாவை சந்திரனிடம், "இவருக்கு தமிழ்நாட்டுல உள்ள ஓவியர்களை எல்லாம் கண்ணுல தெரியாது. எல்லாம் ஃபாரின் ஓவியர்கள் பத்திதான் எழுதுவாரு" என்று தொடங்கிக் கோபமாய்ப் பேச, பதில் ஏதும் பேசாமல் இருந்த தேனுகாவை சமாதனம் செய்திருக்கிறார் பாவைச் சந்திரன். "விஸ்வம் சொல்றது வாஸ்தவம்தான் ரவி. நான் தமிழகக் கலைஞர்கள் பற்றி அதிகம் எழுதாதது ஒரு குறைதான். இந்திரன் அளவுகூட அதிகம் பேரை பத்தி நான் எழுதல. என்ன பிரச்சனைன்னா அவர்களில் பலரது ஓவியத்தை பாக்குறப்ப ஒரிஜினல் எனக்கு ஞாபகத்தில் வந்து தொலைக்கிறது. தமிழக ஓவியர்களில் ரொம்ப குறைவான பேர்களிடமே நான் ஒரிஜினாலிட்டியையும் அர்ப்பணிப்பையும் இன்சைட்டையும் பார்க்குறேன். அதுதான் எனக்கு எழுதறதுல இருக்க பிரச்சனை" என்றார். ஆனால் அதே சமயம் தனபால், சந்தானராஜ், வரதராஜன், அல்போன்ஸா, ஆதிமூலம், ஆர்.பி. பாஸ்கரன், ஜி. ராமன், வித்யாஷங்கர் ஸ்தபதி, சீ. அரங்க ராசன், எஸ்.ஜி. வாசுதேவ், ஆர்.எம். பழனியப்பன், மனோகர் மருது போன்ற சில படைப்பாளிகளின் படைப்புகள் குறித்து மதிப்பும் கணிப்புகளும் அவர்களோடு நேரடி தொடர்பும் அவருக்கு இருந்தன. இவர்களில் சிலரைப் பற்றி அவர் எழுதியுமிருக்கிறார்.

'தோற்றம் பின்னுள்ள உண்மைகள்' என்ற அவரது முழுக் கட்டுரைத் தொகுதியின் வெளியீட்டு விழாவில் நான் பேசும் போது, அவரது எல்லா மேன்மைகளையும் குறிப்பிட்ட பிறகு "தேனுகாவைப் போல பல்துறை ஞானம் வாய்த்தவர்கள் குறைவு. ஆனால் அவரை மேடைப் பேச்சு எனும் பிசாசு சில ஆண்டுகளாகப் பிடித்துக்கொண்டிருக்கிறது. அது அவர் கட்டுரைகளையும் தின்றுவிட்டது. அவர் அதிலிருந்து மீண்டு வந்து புதிய கட்டுரைகளை நிறைய எழுத வேண்டும் என்று நான் வேண்டிக்கொள்கிறேன்" என்று பேசினேன். கொனஷ்டையாகப் பேசும் ஒருவர் அதுபற்றி அவரிடம், "என்ன ரவிக்கும் உங்களுக்கும் சண்டையா என்ன இப்படில்லாம் பேசுறார்" என்று கேட்க, அவர் நான் புதுசா கட்டுரைகள் எழுதணும்ங்கிற ஆசையிலதான் அப்படிச் சொன்னார். அவர் நான் பார்த்து வளந்த பிள்ளை, அவர் சொல்லாமல் என்னை யார் சொல்வது என்று கேட்டிருக்கிறார். கவிஞர் பேராசிரியர் பாரதி புத்திரனிடமும் அவர் இதைப் பகிர்ந்துகொண்டுள்ளார். அப்படி விமர்சனம் செய்யவும் தன்னைப் பற்றிய விமர்சனத்தை ஏற்கவுமான பக்குவம் அவரிடம் இருந்தது.

எதைச் செய்தாலும் அதில் தீவிரமாக ஈடுபடுபவர் தேனுகா. அவரது பல கட்டுரைகள் பிரசுரம் ஆகும் முன்பே, நான் படித்தவை. ஒரு கட்டுரையைக் குறைந்தது பத்து தடவையாவது திருத்தி எழுதுவார். நண்பர்களுக்குப் படிக்கக் கொடுத்து அபிப்ராயங்கள் கேட்பார். அதை எக்ஸிக்யூட்டிவ் பாண்ட் பேப்பரில் பிழையே இல்லாத நிலை வரும்வரை, மாற்றி மாற்றி டைப் அடிக்கச் செய்வார். அதற்கான பிரத்தியேகமான கவர் வாங்கி அதில் தன் கையாலேயே நேர்த்தியாக முகவரி எழுதி அஞ்சல் செய்வார். எல்லாவற்றிலும் ஒரு நறுவிசை, செய்நேர்த்தியை விரும்புவார்.

மனமும் செயலும் அவர் செய்யும் சில காரியங்களில் ஒரே நேர்கோட்டில் ஒன்றி நிற்கும். மனம் வேறொன்றில் லயிக்கும்போது, என்ன செய்கிறோம் என்று தெரியாமல் நடந்து கொண்டுவிடுவார். தன் வங்கி லாக்கரை ஒரு தடவை தன் இரு சக்கர வாகன சாவி கொண்டு திறக்க முயன்று தோற்று, அருகிலிருந்த வங்கி நண்பர்களை அழைக்க, அவர்களின் கேலிக்கு ஆளானார். ஏதோதோ யோசனைகளில் வீட்டுக்குச் செல்கிறேன் என்ற நினைப்பில் தன் வாகனத்தில் நெடுந்தூரம் சென்றுவிட்டுச் சில மணி நேரம் கழித்து உணர்ந்து வீடு திரும்பி வருவார். ஒரு முறை தன் இரு சக்கர வாகனத்தைக் கும்பகோணம் வெங்கட்ரமணா ஹோட்டலின் வாசலில் நிறுத்திவிட்டுச் சிற்றுண்டி சாப்பிடச் சென்றார். சாப்பிட்டு முடித்ததும் வாசலில் வண்டி நிறுத்தியதையே மறந்துபோய் வங்கிக்கு நடந்தே வந்துவிட்டார். அதைவிடவும் ஆச்சர்யம், இரண்டு நாள்வரை அந்த வண்டி காணாமல் போய்விட்டது என்று நினைத்து எல்லோரிடமும் சொல்லிக்கொண்டிருந்தார். மூன்றாம் நாள் அந்த ஹோட்டல்காரர்கள் அவரிடம் ரெண்டுநாளா உங்க வண்டி ஏன் எங்க வாசல்லயே நிக்குதே என்று தொலைபேசியில் கேட்ட பிறகே அவருக்கு வண்டி அங்கு நிறுத்திய ஞாபகமே வந்திருக்கிறது. ஒரு முறை நண்பர் சாருகேசி அவர்களுக்குப் புகைவண்டிக்கு டிக்கெட் எடுத்துக் கொடுத்து வழியனுப்பச் சென்றார். நன்றாகப் பேசிக்கொண்டிருந்து ரயில் புறப்படும் வரை இருந்து அவரை வழி அனுப்பி வைத்தார். ஆனால், புகைவண்டியில் சென்றுகொண்டிருக்கும் சாருகேசியிடம் கொடுத்தனுப்ப வேண்டிய டிக்கெட் தேனுகாவின் சட்டைப் பையிலேயே இருந்தது. இந்த மெல்லிய சமனற்ற மனநிலைதான் அவரை தேர்ந்த கலைஞனாக அடைகாத்துக்கொண்டே இருந்தது.

கசப்பான அனுபவங்களையும் மெல்லிய நகைச்சுவையோடு எதிர்கொண்டவர் தேனுகா. 2014 செப்டம்பரில் ஒரு விருது வாங்கவும் அவர் புத்தகத்துக்காக சாருகேசி அவர்கள் ஒழுங்கு

செய்த ஒரு கூட்டத்துக்காகவும் சென்னைக்கு வந்து தங்கியிருந்தார். அன்று ஜெயலலிதா அவர்கள் கைதானதால் தி. நகரில் நடந்த அந்த விழாவுக்குப் போக முடியவில்லை. அன்றும் நான் அவரோடுதான் இருந்தேன். அன்று மாலை கும்பகோணத்தில் இருந்து ஒரு நண்பர் அலைபேசியில் கூப்பிட்டு "என்ன தேனுகா விருதெல்லாம் வாங்கிட்டிங்களா" என்று அவரிடம் கேட்டார். "ஆமாம் போனோம். அம்மாவே கைதாயிட்டாங்க. உங்களுக்குல்லாம் விருது ஒரு கேடாடான்னு மீட்டிங் ஹால்ல போலிஸ் உள்ள பூந்து லத்திசார்ஜ் பண்ணிட்டாங்க. நானும் ரவிசுப்பிரமணியமும் துண்டை காணும் துணியைக் காணும்ன்னு ஓடி வந்துட்டோம்" என்று சிரித்துக்கொண்டே சொன்னார்.

அவரது கட்டுரைகள் தனிப் பாணியைக் கொண்டிருப்பவை. அவற்றின் உள்ளடக்க அடுக்குகள் விநோதமாக இருக்கும். ஒன்றுக்கொன்று தொடர்பில்லாத நான் லீனியர் பாணியிலேயே அவர் ஆரம்பகாலக் கட்டுரைகள் அமைந்திருந்தன. ஆனால் தேர்ந்த வாசகர் அவற்றுள் தொடர்பு ஏற்படுத்திகொண்டு வாசிக்க முனையும்போது நிச்சயம் புதிய அனுபவத்தை உணர்வார். 'தோற்றம் பின்னுள்ள உண்மைகள்' என்ற அவரது ஒரு சிறு கட்டுரை, புதுக்கவிதைகள் பற்றி, கவிஞர்கள் பற்றியது. மெல்லிய அங்கத தொனியில் துவங்கும் அக்கட்டுரையில் அருணகிரிநாதர் வருவார். கண்ணதாசனின் அத்திக்காய் பாட்டுவரும். அப்ஸ்ட்ராக்ஷனிஸ்டுகளும் சர்ரியலிஸ்ட்டுகளும் வருவார்கள். உளவியல் அறிஞர் எரிக் எரிக்ஸன் வருவார். மறுபிறப்பு பற்றிப் பேசும் தியாசபிஸ்ட்டுகள் வருவார்கள். பிக்காசோவும் ஞானக்கூத்தனும் வருவார்கள். ஒரு சின்னஞ்சிறு சிமிழுக்குள் எத்தனை விஷயங்கள். இவ்வளவும் உறுத்தலின்றிக் கட்டுரையின் உறுப்புகளாக அமைந்திருக்கும். அவரது வாசிப்பின் விஸ்தீரணத்தை, அனுபவத்தின் செழுமையை அது நமக்குச் சொல்லும். கடைசியாய் ஓவியர் ஜே.கே. என்கிற மாணிக்கம் ஜெயக்குமாரது ஓவியங்கள் பற்றி அவர் எழுதிய 'காமம் கிளர்ந்த நிலம்' கட்டுரையிலும் இந்த தன்மையை நான் கண்டேன். நவீன ஓவியங்களையும் சிற்பங்களையும் கண்டு மருண்டு ஓடுகின்ற மனிதனைப்பற்றி 1984இல் கணையாழியில் 'டாக்ஸிடெர்மிஸ்டுகள் தேவை' என்ற தலைப்பில் அவர் எழுதிய முதல் கட்டுரையிலேயே அவரது அங்கதம் தொனிக்கும் .

ஆச்சார அனுஷ்ட்டானங்களைப் பின்பற்றித் தீட்டுப்படாமல் காத்துவரும் ஒருவன் கையில், கடவுளுக்குக் கொண்டு செல்லும் மாலை இருக்கிறது. அதை, அவன் கோவிலுக்குக் கொண்டு செல்கிறான். அவனைப் பற்றிச் சொல்கையில், நீலமணியின்

கவிதை வரிகள் வழியாக இப்படிச் சொல்லியிருப்பார். "வண்டோடு சம்போகம் செய்து குளிக்காமல் கடவுளின் தோள்மேலேறிய மாலைப் பூ". புதுமைகளைக் கண்டு மருளும் ஆச்சாரமானவன் கொண்டு செல்லும் அர்ச்சனைப் பூவிலும் இப்படி ஒரு அநாச்சார நாற்றம். ஆனால் அந்த மனிதன்தான், முண்டியடித்துக் கிளம்பும் புதுமையைத் தீட்டுப்பட்டதுபோல் தீண்ட மனம் கூசுகிறான் என்று எழுதியிருப்பார். அவர் சொல்லும் கருத்தில் த்வனிக்கும் எள்ளல். வெளிப்படுத்துவதில் உள்ள புதுமை, தெளிவான சிந்தனை, மிகப்பெரியதை சுருக்கமாகக் காட்டும் நுண்மை இதையெல்லாம் கண்ட க.நா.சு. அவரது எழுத்துக்கள் பற்றிக் குறிப்பிடும்போது, "தமிழ்ப் பாலையில் ஒரு பசுஞ்சோலை" என்று குறிப்பிட்டார்.

கம்பீர நாட்டை, சங்கராபரணம், நீலாம்பரி போன்ற ராகத் தலைப்புகளில் ஒரு சில கவிதைகளையும் எழுதியுள்ள தேனுகா பின்நாளில் தன் கடுமையான மொழி நடையை மாற்றிக்கொண்டு எளிய மொழியில் 'பழகத்தெரியவேணும்', 'காந்திக்காக ஏங்கும் உலகு', 'எண்களின் தோழன் ராமானுஜன்', 'காணாமல் போன கதைசொல்லிகள்' போன்ற பல தலைப்புகளிலும் ஏராளமான கட்டுரைகளை எழுதியுள்ளார்.

புதுமைகளை ஏற்றுக் குதூகலித்த அதே சமயம் அவர் மரபின் அர்த்தமுள்ள சாரங்களை ஏற்றுக்கொள்ளவே செய்தார். நாதஸ்வரத்தையும் நாதஸ்வரக் கலைஞர்கள் பற்றியும் பேச முடிகிற அவரால்தான், ஓவியர் எம்.சி. எஸ்ஸரின் மாய ஜால ஓவிய உலகம் பற்றியும் பேச முடிந்தது. கஜ சம்ஹார மூர்த்தி எனும் சிலையைப் பற்றி வியந்த அவர்தான், ஹென்றி மூரின் சிற்பங்களைக் கண்டும் வியந்து எழுதினார். சங்கத் தமிழில் மனம் பறிகொடுத்த அவரால்தான், இ.இ. கமிங்ஸ் போன்றவர்கள் எழுதிய காட்சிக் கவிதைகளிலும் ஈடுபாடு கொள்ள முடிந்தது. எந்த உன்னதத்தையும் அதனதன் வழியில் பார்த்து மேன்மையுணரும் ஆற்றல் அவருக்கு இயல்பில் அமைந்திருந்தது.

ஊடகங்களில் கலை பற்றிய விஷயங்களை வெளிக்கொண்டுவர அவர் பெரிதும் விரும்பினார். அவர் பத்திரிக்கையாளர்களோடும் தொலைகாட்சி நிருபர்களோடும் கொண்டிருந்த நட்பை அதற்குப் பயன்படுத்திக்கொண்டார். கோவில்கள், சிற்பம், தலவரலாறு, எழுத்தாளர்கள், இலக்கியம் மற்றும் ஊர் பற்றிய செய்திகள் என்று அவர்களும் விஷயங்களுக்காக அவரைச் சுற்றிச் சுற்றி வந்த வண்ணமிருந்தனர். ஆனால் "அவர்களில் சிலருக்கு கலை பற்றிய விஷயங்களைப் புரிய வைப்பதற்குள் நான் களைத்து விடுகிறேன் ரவி, கலைஞானம் அற்றவர்களோடும்

கலைபற்றிய ஸ்நானப்ராத்தி இல்லாதவர்களோடும் நீ வாழ்ந்து மடி என்பது எனக்கிட்ட சாபம் போலிருக்கிறது. இந்த ஊர்ல என்னைப் சரியாகப் புரிந்துகொண்ட நண்பர்கள் சொற்பம். உங்களைப்போல என்னைத் தெரிந்தவர்கள் எல்லாம் தூரத்தில் இருக்கிறீர்கள். என்னை சரியாகத் தெரியாதவர்கள் எல்லாம் பக்கத்தில் இருக்கிறார்கள்" என்று அடிக்கடி சொல்லுவார். அந்த விஷயம் அவர் மரணத்துக்குப் பின்பு கட்டப்பட்டிருந்த வினயல் போஸ்ட்டரிலும் இப்படி எதிரொலித்தது. "கும்பகோணத்தின் 'தகவல் பெட்டகம்' தேனுகா மறைந்தார்".

சில வருஷங்களாகவே உடல் நிலைகுறித்தும் பொருளாதார சிரமங்கள் குறித்தும் அவரை இனம்புரியாத ஒரு டிப்ரஷன் சூழ்ந்திருந்தது. அவரது தீவிரமான கலை நேசிப்பின் பித்து, தன் உடல் நிலைகுறித்து கிஞ்சித்தும் அவரைக் கவலை கொள்ளாமல் இருக்கச் செய்துவிட்டது.

வாழ்வை வண்ணங்கள் நிறைந்த வசீகரக் கனவாகவே அவர் மாற்றிக்கொண்டார். அதில் கல்யாணியும் தோடியும் பந்துவராளியும் ரீதிகௌளையும் இன்ன பிற ராகங்களும் தாளத்தின் விதவிதமான லயச் சொற்களும் ஜதி நடைகளும் ஒலித்தபடியே இருந்தது. கோவில் பிரகாரங்களில் கிடந்தபடியே அவர் சிற்பங்களிலும் தூண்களிலும் பர வெளியிலும் பிராஹாரங்களிலும் ரதபந்தங்களிலும் அஷ்டநாக பந்தங்களிலும் மூழ்கிக் கிடந்தார். மாயகாவ்ஸ்கியும் லூசூனும் இ.இ. கம்மிங்ஸூம் எஸ்ரா பவுண்டும் அவரிடம் கவிதைகளைச் சொல்லிக்கொண்டிருந்தனர். வான்காவோடும் பிக்காஸோவோடும் ஆல்பர் காம்யூவோடும் சார்த்தரோடும் அவர் உரையாடிக்கொண்டே இருந்தார்.

கடைசி வருஷங்களில் கட்டுப்படுத்த முடியாத சர்க்கரை வியாதி, லௌகீக வாழ்வில் பொருத்திக்கொள்ள முடியாமல் தவித்த தவிப்பு, வாசிப்பில்கூட உற்சாகமற்ற மனநிலை, ஒத்த அலைவரிசையில் உரையாடலுக்கு ஆளற்ற ஏக்கம் போன்ற சில விஷயங்கள் அவருக்குள் ஒரு மூட்டம் போல் கவிந்திருந்தது. கலை குறித்த உரையாடலுக்கு சதா ஏங்கிய அவர் தன் வாழ்வின் கடைசி நாளில்கூட, பி.பி.சி. நேர்காணலில் நாதஸ்வரத்தைப் பற்றி உரையாடிக் கொண்டிருந்திருக்கிறார். அந்த உரையாடலில் கரைந்ததில் உடல் முழுக்க வேர்த்து அவருக்கு நெஞ்சு வலி வந்ததையும் அவரால் உணர இயலவில்லை. சட்டென அவரது மனோலயம் அறுந்து உரையாடல் நின்று போய்விட்டது.

_காலச்சுவடு_, டிசம்பர் 2014 இதழில்
வெளிவந்த கட்டுரையின் விரிவாக்கம்

தமிழில் மாற்று சினிமாவை முன்வைத்த இயக்குனர்

பல படங்களை இயக்கியும் நாம் மறந்துபோன பல இயக்குனர்கள் தமிழில் உண்டு. ஆனால் 1978இல் வெளிவந்த 'அவள் அப்படித்தான்' என்ற ஒற்றைப் படம் மூலம் தமிழ் சமூகம் இன்றும் ருத்ரய்யாவை நினைவு வைத்திருப்பது ஆச்சர்யம்தான். மானுடக் கரிசனத்தோடும் அர்ப்பணிப்போடும் செய்யப்படுகிற எந்தக் கலைப்படைப்புக்கும் இந்த சிரஞ்சீவித்தன்மை இருக்கத்தான் செய்கிறது.

தமிழ் சினிமா குறித்து மிகுந்த கவலை கொண்டிருந்த ருத்ரய்யா, சமீபத்து சிறு படங்களின் வரவாலும் வெற்றியாலும் மகிழ்ச்சி கொண்டிருந்தார். ஆனால் அவை ஒன்றிரண்டாக தேங்கிவிடக் கூடாது. ஒரு தொடர் நிகழ்வாக இது நடந்தால் ஒழிய மாறுதல் சாத்தியமில்லை. இதைக் கைமாற்றி கைமாற்றி கொண்டுபோக வேண்டும். தமிழ்ல நான் அப்படி ஆரம்பிச்சப்ப எனக்கு பின்னால யாரும் வராம பொயிட்டாங்க ரவி என்று அவர் சொன்னார்.

அவர் கடைசிவரை படம் இயக்குவது பற்றிய கனவோடுதான் இருந்தார். சில ஆண்டுகளுக்கு முன் இயக்குனர் பாலாவின் உதவியோடு அவர் சூர்யாவை சந்தித்து கதை சொல்லியிருந்தார். மேலும் சில கதைகள் அவரிடம் இருந்தன. சமயங்களில் கமலஹாசனோடான உரையாடல் அவருக்கு உற்சாகமாக இருந்தது.

அவர் இருப்பிடத்துக்கு அருகில் இருந்த என் அலுவலகத்துக்கு அடிக்கடி வருவார். காலச்சுவடு, உயிர்மெய், உயிர் எழுத்து, அம்ருதா, விருட்சம் போன்று நான் படித்து முடித்த இலக்கிய இதழ்களை எல்லாம் மாதாமாதம் எடுத்துச் செல்வார். அதைப் படித்துவிட்டு விவாதிப்பார். அவருக்காகவே நான் அமெரிக்க நூலகத்தில் உறுப்பினராய்ச் சேர்ந்தேன். நவீன சினிமா பற்றி அவர் குறித்துத் தரும் புத்தகங்களை எடுத்துச் சென்று தருவேன். வாசிப்பின் மூலம் தாங்க ரவி நம்மை புதுப்பித்துக்கொள்ள முடியும் என்று அடிக்கடி சொல்வார். அவர் பார்த்த உலக திரைப்படங்களும் தொடர்ந்த ஆங்கிலவாசிப்பும் அவரை ஒரு புது ஆளாகவே வைத்திருந்தது.

திரைப்படக் கல்லூரியில் படிக்கும்போது சேலத்துக் காட்டான் என்று நண்பர்களால் அழைக்கப்பட்ட அவரது கிராமம் சேலம் ஆத்தூர் தாலுகாவில் உள்ள கீரப்பட்டி. பின் கள்ளக்குறிச்சியிலும் வசித்துள்ளார். சுந்தர்ராஜன், பொன்னுசாமி, குருலிங்கம், என்கிற சகோதர்களோடும் சரஸ்வதி, இந்திராணி, கேசவி என்ற சகோதரிகளோடும் ஆறாவதாகப் பிறந்த ஆறுமுகம் என்கிற இயற்பெயர்கொண்ட ருத்ரய்யா தெலுங்கை தாய்மொழியாகக் கொண்டவர். அவரது மனைவி ஸ்ரீதேவி தனியார் மேல்நிலைப் பள்ளியில் முதல்வராகப் பணிபுரிந்து வருகிறார். 26.07.1947இல் சொக்கலிங்கம், ராஜம்மாள் தம்பதியருக்கு மகனாகப் பிறந்த ருத்ரய்யாவுக்கு திலீபன் என்ற மகனும் கங்கா என்ற மகளும் உண்டு.

தனிமையையே விரும்பிய கூச்ச சுபாவியான அவரதும் பேச்சு ரொம்ப குறைவாகவே இருக்கும். ஆனால், அவர் கருத்தை ஆழமாக நுட்பமாக எதிராளியிடம் சேர்த்துவிடுவார். அவரது பேச்சு ஒரு கதை சொல்லியின் மொழியில் இருக்கும். சம்பவங்களைக் கூட கதை போலச் சொல்வார். எல்லோரிடமும் எளிதில் பழகிவிடாத அவருக்கு வாழ்வின் பிற்பகுதியில் நண்பர்களும் குறைவே. அவர் தமிழில் இரண்டு கட்டுரைகளை எழுதினார். ஒன்று மா. அரங்கநாதன் படைப்புகள் பற்றியது. இன்னொன்று அவர் நண்பர் வண்ணநிலவன் பற்றியது.

கே. பாலச்சந்தரிடம் நெடுங்காலம் பணியாற்றிய இயக்குனர். அனந்துவை அவர் தன் ஆசான் போலவே கருதினார். தற்போதைய அரசியல் சூழல் குறித்து அவருக்கு கடுமையான விமர்சனங்கள் இருந்தது. மார்க்ஸின் மாணவன் என்று தன்னைச் சொல்லிக் கொள்ளும் அவருக்கு தமிழர்களின் ஒரே தலைவர் பெரியார்தான் என்ற கருத்து இருந்தது. அவர் மா. அரங்கநாதன் படைப்புகள்

குறித்து எழுதிய 'தில்லை அம்பலத்தானும் பிஸிக்ஸ்தியரியும் குரளைப்பேய்களும் மற்றும் முத்துக்கருப்பனும்...' என்ற கட்டுரையில் அவர் இப்படி எழுதியிருந்தார்.

தந்தைபெரியார் தமிழனத்துக்குத் தந்துசென்ற, ஆண்மைமிகு வீர்யத்தை தங்கள் கீழ்மைமிகு காரியங்களால் மலடாக்கி களிக்கும் திராவிடக் கசண்டுகளுக்கும் மார்க்ஸிஸ்ட்களுக்கும் வித்தியாசம் இல்லாமல் போன சோகக்காட்சிகளை நம் காலத்திலேயே நாம் காண நேர்ந்தது தான் பெரும் வேதனை.

காத்திரமான பங்களிப்பைச் செய்துவிட்டு தன்னை முன்னிருத்தும் யத்தனங்கள் இல்லாத சில உன்னத கலைஞர்களையும் சிந்தனையாளர்களையும் தமிழ் சமூகம் தனித்தே வைத்திருக்கிறது. அதுகுறித்து அதற்கு எவ்வித சொரணையும் இல்லை. உலகமே வியாபாரிகள் கையில் இருக்கும்போது எல்லாமே ஒரு வகையில் பொருள்கள்தானே.

30.11.2014 அன்று சென்னை புக் பாயிண்ட் அரங்கில் நடந்த இயக்குனர் ருத்ரய்யா நினைவு அஞ்சலி கூட்டத்தில் வாசிக்கப்பட்ட கட்டுரை.